EDGAR CALABIA SAMAR

Si JANUS SILANG

AT ANG

TIYANAK ᴺᴳ TÁBON

Adarna House

CALGARY PUBLIC LIBRARY

APR - - 2018

Adarna House
Sagisag Pangkalakal ng Adarna House, Inc.

Karapatang-ari © 2014 ng Adarna House, Inc.,
at Edgar Calabia Samar.
Reserbado ang lahat ng karapatan,
kasáma na ang mga karapatan sa reproduksiyon
at paggamit sa anumang anyo at paraan,
maliban kung may nakasulat na pahintulot
mula sa mga mayhawak ng karapatang-ari.

Unang limbag ng unang edisyon, 2014
Ikalawang limbag ng unang edisyon, 2014

Gawa at limbag sa Filipinas
Inilathala ng Adarna House, Inc.

Isinulat ni Edgar Calabia Samar
Disenyo ng pabalat ni Borg Sinaban

ISBN 978-971-508-474-1

Para sa mga puna at mungkahi, tumawag sa Adarna House
sa telepono blg. 352-6765, sumulat sa 109 Scout Fernandez
kanto ng Scout Torillo, Brgy. Sacred Heart, Lungsod Quezon,
o kayâ mag-e-mail sa adarnahouse@adarna.com.ph.

Batay sa totoong pangyayari ang ilang
tagpo't tauhan sa nobelang ito. Sinadyang
palitan ang mga pangalan upang
protektahan ang mga sangkot dito, lalo pa
ang mga nabubuhay na Bagáni't Púsong
hanggang sa ngayon. Anumang tila
pagkalingat sa detalye ay hindi sinadya.

NILALAMAN

Nagbuntis ng alamat
Ang pantaong hinagap.
Sugat ang inianak
Ng bathalang pangarap.

—mula sa *Laksang Awit at Pag-ibig ng Unang Bagáni*

TALA

Matagal na pinaghandaan ni Janus ang labang ito. Pinakamalaking tournament ng TALA Online sa bayan ng Balanga. Bawal manood ang hindi kasali. Walang miron. Seryoso ang laban. Ipadadala umano ng Malakas Internet Shop ang mananalo sa major tournament sa Maynila na 50K ang premyo. Naplano na ni Janus ang pagkakagastusan ng pera kapag nanalo siya. Mountain bike at bagong cellphone. Ibibili rin niya ng damit ang Papa niya. Pabango para sa Mama niya. At si Juno, ang anim na taon niyang kapatid, ibibili niya ng PSP. Tapos, yayayain niyang mag-Enchanted Kingdom si Mica. Pipilitin niyang makapanalo ng teddy bear tapos e didiskarte siya ng kiss dito. 'Yung totoong kiss. Hindi 'yung smack na ibinigay nito nung nag-field trip sila.

Ang hindi naisip ni Janus, bago matapos ang gabing ito, mamamatay ang mga kalaban niya. Hindi sa laro lang. Totoong mamamatay. Mamamatay na parang tinuklaw ng ahas. Parang tinamaan ng kidlat. O parang nilunod ng Berberoka sa hangin o sinipsip ng Sigbin ang dugo sa mga anino nila, tulad ng sa TALA kapag hindi nalampasan ang Level 4 o Level 5.

Nakaupo't nakaharap pa rin sa mga computer ang lima niyang kalaro, pero madilim at malalim na balon ang dalawang mata ng bawat isa sa mga ito. Dilat na dilat pero wala nang alaala roon ng huling nakita. Sa liwanag ng monitor ng mga computer, pare-parehong hindi na humihinga, at may bitak ang mga balát sa mukha't braso na parang lupang dinaanan ng lindol o ng mahabang tag-init. Wala nang ibang tao sa Malakas. Kung bakit nawala kahit ang mga nagbabantay. Nasaan na si Boss Serj na may pakana ng lahat ng ito?

Hinawakan niya ang braso ni Harold, ang nasa kanan niya, na siya ring unang nagturo sa kaniya ng TALA. *Terra Anima Legion of Anitos.* Naalala niya ang unang lesson nito noon, noong sa DOTA pa adik na adik si Janus: "'Tol, mas magandang sugod lang nang sugod. Mas madaling mag-regenerate ang unang mahi-hit, tapos, pag di pa tinamaan, ikaw ang makakakuha ng best weapon, o kung sinusuwerte ka, anito boost, 'tol. Extra life." Akala mo e kung sinong eksperto pero nauna lang naman ng dalawang linggo sa paglalaro sa kaniya. Nalaman din ni Janus na niloloko lang siya nito. Pagtagal-tagal, natutuhan niyang mas magandang mag-ingat, makiramdam muna. Kailangan mong pag-aralan ang galaw ng kalaban. Higit pa roon, kailangan mong hulaan ang magiging galaw ng kalaban. Hindi ito sprint. Hindi 100-meter dash. Hindi puwedeng tira nang tira.

Strategy game ang TALA. Dalawa ang kalaban dito. Una, ang computer-generated na Legion of the Soulless na iba't ibang nilalang ng dilim sa mga mito't kuwentong bayan at kahit sa ilang urban legend. Iba-iba ang pakana ng bawat isa para pigilin ka sa paglampas sa isang level. Ikalawa, siyempre, ang mga kapwa mo gamer na bumuo ng sari-sarili nilang Bayani at Anito na nakikipag-unahan sa iyong matagpuan si Tala, ang Bathaluman ng Liwanag. Isa lang ang mauunang makatagpo kay Tala. Komplikado ito dahil kahit kalaban mo sila, katulong at kasangga mo sila sa paglaban sa mga Soulless, hangga't di kayo nakararating sa dulo.

Hindi birong magbuo ng sariling Bayaning may sarili nitong Anito. Parang kaluluwang aninong may sarili niyang buhay at hitsura ang Anito. Kahit namatay na ang Bayani, puwede itong mabuhay ulit kung buhay pa ang Anito nito. Naisasalin ang lakas ng Anito sa Bayani. Pero kapag ang Anito ang namatay, nagiging bahagi ng Legion of the Soulless ang Bayani at mabubura na ang kasaysayan nito sa buong network ng TALA. Madaragdagan naman ang kampon ng Legion. Kailangan mong umulit mula sa simula.

Sa tindi ng game design ng TALA, halos imposibleng ma-duplicate ang BAT (Bayani-Anito Tandem) ng isang player. Importante sa BAT ang pinagdadaanan nito. Kaya ang parehong BAT, kapag inulit ang level na nalampasan na ay may taglay nang kaalaman at kasanayang hindi niya dala nung una siyang dumaan dito. Hindi ang player lang ang may alam, kaya mas madali niyang nalalampasan ang dati nang nadaanang level tulad sa ibang laro, kundi ang BAT mismo. May rekognisyon ang BAT sa mga bagay at detalyeng puwedeng nalimot o ni hindi napansin ng mismong naglalaro.

Nang iwan ang pagdo-DOTA upang subuking mag-TALA, hindi na nakaalis si Janus doon. Tumindi pa lalo ang adiksiyon

3

niya sa paglalaro. Nasundan naman ang marami pang panloloko ni Harold, lalo pa nang matuklasan nitong mabilis mag-develop ang BAT ni Janus, madiskarte't ilang araw pa lang ay naaabot na ang level na ilang linggo bago naabot ng BAT ni Harold. Ngayon, gustong tiyakin ni Janus na hindi siya binibiro lang ng mga ito. Na hindi ito isang malaking joke time na naman tulad noong akala niya'y totoong natapos na nila ang TALA nang malampasan nila ang pagkahirap-hirap na Level 6 at matalo niya ang Dambuhalang Sarangay, ang halimaw na may katawan ng tao at may ulo ng toro. Nanginginig-nginig pa siya noon habang sigaw nang sigaw at mura nang mura. Naghintay siya sa paglitaw ni Tala. Pagkatapos, napansin niyang siya pala ang pinagtatawanan nina Harold nang lumitaw sa screen ang anunsiyo para sa pagsisimula ng Level 7. Magkahalong inis at pagkasabik ang nadama niya. Sa isang banda, ayaw rin niyang matapos doon lang ang TALA. Gusto pa niyang sukatin nito ang kakayahan at diskarte niya. Mula noon, hindi na siya basta-basta nagpapadala sa anumang sinasabi ni Harold o ng kung sinumang kalaro niya rito. Tiyak na puro kalokohan na naman iyon.

Pero ngayon nga, ano na naman itong pakana nina Harold? At mukhang kasabwat pa sina Boss Serj. Noong una'y nakiramdam pa siya. Pero wala talagang gumagalaw sa mga ito. At paano nagkaroon ng bitak sa mukha't braso ng mga ito? Kinilabutan si Janus. Pagkahawak nga niya kay Harold, parang malutong na lumang papel na napulbos at naiwan sa palad niya ang bahagi ng braso nito. Walang dugo, walang buto.

Biglang parang sinundot ng dilang-karayom ng Manananggal ang sentro ng puso niya. Ang Manananggal na katambal ng Mambabarang sa Level 2 ng TALA. Napahawak siya sa USB na pendant ng kuwintas na regalo ni Mica. *Tang ina* ang unang lumabas sa bibig niya matapos ang malalim na paghinga. Ipinagpag niya ang kamay sa shorts niya. Mura siya nang mura nang mahina habang naiisip na braso ni Harold ang pinapagpag niya.

Naroon pa rin ang dilang-karayom ng Manananggal sa puso niya nang dahan-dahan niyang itinulak ang pinto palabas ng Malakas. Lumingon siya bago tuluyang lumabas. Nakita niyang nahulog ang isa pang braso ni Harold. Pumait ang laway ni Janus. Para siyang masusuka.

Malamig ang hangin. Mamasa-masa ang lupa dahil sa mahinang ambon kaninang babago silang dating sa Malakas. Akala nga nila'y bubuhos ang ulan. Pero makakapal pa rin ang ulap hanggang ngayon. Nagbabadyang bumuhos anumang oras. Walang buwan.

Wala ring dumaraang traysikel o dyip sa kalsada. Wala kahit mga pribadong sasakyan. Pasado alas-nuwebe pa lang ng gabi. Noon niya napansing nanginginig ang kamay niya. Sarado na ang hardware sa tapat ng Malakas. Kahit ang katabi nitong bakery. Bukás pa rin ang sari-sari store na binibilhan nila ng softdrinks at hopia kapag nagkakapuyatan. Lalo pa pag inaabot ng umaga noon sa pagdo-DOTA, o nito ngang nagdaang anim na buwan, sa pagta-TALA. Sa tindahang ito siya natutong magyosi. Lalo pa pag may ekstrang pera dahil nanalo sa pustahan. Pagyoyosi na—siyempre—hindi alam ng Mama at

Papa niya. Mabubugbog siya ng Papa niya pag nalaman. Noon ngang nahuli siya nitong nakiinom, inalok lang siya, at ng mga tito pa niya, at dalawang bote lang ng SanMig Light, tinawag na siyang lasenggero, sabay hataw ng nakasabit na kawali sa puwit niya. Iyon kasi ang pinakamalapit na nadampot nito nang datnan siyang nagsusuka sa lababo. Kung bakit kasi nasuka siya sa dalawang SanMig Light. Pag nalaman nitong nagyoyosi siya, tiyak na ang tingin naman nito sa kaniya e adik na. OA rin kasi ang Papa niya minsan.

Mukhang walang tao sa sari-sari store. May ilaw pero wala siyang maaninaw na taong nagbabantay. Wala si Aling Mila. O ang anak nitong dalagita. Hindi na siya lumapit. Wala dapat makakita sa kaniya. *Nasa'n ba si Boss Serj? Tang ina, ano ba 'to?*

Tinext niya si Mica. GCING KP?

Habang naglalakad papunta sa kanto, pinakikiramdaman niyang mag-vibrate ang cellphone sa bulsa ng shorts niya. Narating niya ang malaking puno ng mangga sa rotonda, wala pa ring text. Walang ibang nag-aabang ng traysikel.

Nag-text siya ulit. MICA?

Baka walang load. Imposibleng tulog na ito nang ganitong oras. May dumaraan nang traysikel, paisa-isa, pero puro may sakay.

Sa ilalim ng punong mangga, tanaw niya ang simbahan ng Balanga. Agosto na pero naroon pa rin at kumikindat-kindat ang christmas lights sa bakod at gate nito. Magbe-*ber months* na naman, baka hinihintay na ulit ang Pasko. May belen pa rin makapasok sa patyo na tadtad din ng christmas lights. Mas

6

maningning ngayong gabing walang buwan. Wala nang taong naglalakad-lakad lang sa loob. Gusto sana niyang tawagan si Mica pero wala na siyang pantawag. Bakit ba walang dumaraang traysikel na maghahatid sa kaniya sa Atísan?

Paglinga-linga, noon lang niya napansin ang matandang nakaupo sa sementadong upuan sa kabilang bahagi ng mangga. Sa likuran niya. Nakatalikod sa simbahan. Si Bungisngis. Ang totoo, lagi naman talagang naroon ang matanda, hindi lang niya pinapansin noon. Parang aninong naroon pero walang sariling buhay. Ang tropa lang nila ang tumatawag ditong Bungisngis, tulad ng halimaw na kalaban sa Level 3. Higante't bulag ang isang mata, at tawa nang tawa. Kapag hindi napigilan ang pagtawa nito, gumuguho ang mga bato't lupa sa paligid, dumadaluyong ang alon, nanghihina ang Bayani't kahit ang Anito e apektado. Hindi naman bulag si Bungisngis na laging nakatambay sa puno ng mangga, lalo pa pag gabi. Nakatambay, dahil hindi nila ito nakikitang nakahiga't natutulog sa sementadong upuan sa ilalim ng puno kahit minsan. Pinagtalunan na rin nila kung may inuuwian ba itong bahay o pamilya. Hindi rin kasi ito madungis na madungis tulad ng karaniwang taong grasa. "Semi-taong grasa lang," biro ni Harold minsan. Kapag sinubok itong lapitan o kausapin, tatawanan ka lang. Tawang sa simula, mapapatawa ka rin hanggang sa mapansin mong ang tumatawa lang dito e 'yung bibig, pero kapag tiningnan mo 'yung mga mata niya, parang may sinasabi sa iyo. Parang sinasabing humanda ka kapag mag-isa ka lang, kapag hindi mo kasama ang kabarkada mo, tingnan natin kung makatawa ka. Kinilabutan si Janus nang maalala iyon. 'Yung makukulit nilang kabarkada, kapag nagkakatuwaan, binabato ito ng candy. Hindi ito umiilag. Kapag tinamaan sa balikat o sa pisngi o sa noo, tumatawa lang ito. Pagkatapos, dadamputin ang candy, babalatan at saka isusubo. Tapos tatawa lang ulit nang tatawa.

Hindi tumatawa ngayon si Bungisngis. Nakaupo lang, nakaharap sa kanto papasok sa Villa Concepcion, kung saan nakatira si Harold. Hindi personal na kakilala ni Janus ang apat na iba pang kalaban niya ngayong gabi. Namumukhaan lang niya't nakikita sa paglalaro paminsan-minsan, pero hindi niya kaeskuwela at hindi kabarangay. Alam niyang tagabayan ang dalawa sa mga ito dahil naglalakad lang pauwi mula sa Malakas sa direksiyon palayo sa rotonda sa may punong mangga. Nilapitan niya si Bungisngis. Tumingin ito sa direksiyon niya, walang kangiti-ngiti, pagkatapos ay tumingin ulit sa direksiyon ng Concepcion. May liwanag ng ilaw sa poste papasok ng subdivision. Pero walang naglalakad papasok o palabas. Walang lumalabas o pumapasok na traysikel. Naisip ni Janus kung gising pa kaya ang mga magulang ni Harold. Kung ano kaya ang ginagawa ng mga ito ngayon. Naramdaman niya ang kirot na dulot ng dilang-karayom ng Manananggal sa puso niya. Halos awtomatiko rin ang paghawak niya sa USB ng kuwintas niya at idiniin iyon sa dibdib niya. Bahagyang nawala ang kirot sa loob niya.

Apat na sunod-sunod na gabi ang elimination. Kahit anong batch ka kasama, basta't nasa top 6 overall, kasali sa finals. Sabay rin silang nag-sign-up ni Harold. May 50 pesos na registration fee, bukod pa sa per hour na renta sa computer na kinse pesos.

Maaaring umabot nang hanggang apat o lima o anim na oras ang laro, depende sa pinakamalakas sa kanila. Hindi puwedeng panoorin ang laro ng ibang batch. Kahit sa elimination pa lang, bawal na ang miron. Na pangkaraniwan lang sa TALA. Dahil nga strategy game ito, mas gusto mong walang makakita ng diskarte mo. Ang tuturuan mo lang siyempre, ang katropa mo, ang kaibigan mo. Sa puntong ito, mas malakas na ang BAT ni Janus kaysa kay Harold. Nakakaabot na siya sa Level 8. Sa pagkakaalam niya, siya pa lang ang naglalaro sa Malakas na nakaabot sa Level 8. Wala pang nakakaabot sa Level 9. Walang nakaaalam kung hanggang ilang level meron ang TALA. Hindi ito inilalagay sa info ng game releases nito. Wala kahit sa reviews sa magazines o online. May mga nagpo-post sa mga forum site na adik-adik sa TALA na nakaabot na umano sila sa Level 9. May nakaabot pa hanggang Level 11. May screen capture pa bilang patunay na ipinopost nila sa mga forum site o sa Facebook. Pero dahil maraming nagpo-post ng kaparehong pagyayabang at hindi nagtutugma ang mga sinasabi nila't iniimbentong mga larawan tungkol sa mga level na sinasabi nilang napuntahan nila kaya lalong mahirap paniwalaan na may nagsasabi sa kanila ng totoo.

Nauna siyang nahumaling sa DOTA, tulad ng mga kaklase niya't katropa sa baryo nila sa Atísan. Noong una'y ayaw niyang lumipat sa paglalaro ng TALA, lalo pa dahil wala siyang makalaban. Isa pa, nakokornihan siya nung una nang malamang mga Pinoy ang designer ng game. Pero nang nagsimulang magsilipat dito ang mga master ng DOTA, naintriga siya. Pagkatapos, nalaman niyang hindi na lang pala sa Filipinas ito nilalaro, unti-unti na itong nakikilala sa ibang bansa. Noong una'y ng mga Pinoy na nasa ibang bansa—karamihan ay sa US, sa Canada, sa Italy. Pagkatapos, nilalaro na rin ng mga Asyanong walang dugong Pinoy—Indonesian, Thai, Japanese, Korean. Hanggang nang ma-feature ito sa *Games Master* sa UK at kinabaliwan ng mga Europeo—mga kabataang Ingles, Irish, kahit French at German. Marami-rami ring nasa twenties at thirties na naadik sa laro. Noon na nagsimulang pansinin ito ng US. Cover story ito sa isang issue ng *Game Informer*. Ang nakalagay sa cover: "The eternal search for TALA."

Noong una'y barangay level lang, hanggang sa dumarayo na sila sa bayan mismo sa paglalaro. Isang sakay lang naman ng traysikel. Pag inumaga siya'y hindi na naman mahalaga kung saan siya nag-TALA. Kapag gising pa ang Papa niya, tiyak na hindi na naman siya pagbubuksan nito at hahayaan siyang lamukin sa garahe nilang walang nakagaraheng sasakyan, pero puro spare parts at baterya ng kotseng naiuwi ng Papa niya sa pagmemekaniko sa mga may sasakyan sa Atísan at sa ibang malalapit na lugar. Sa Papa niya siya natutong magkalikot ng mga bagay. Butingting dito, butingting doon. Kalas dito, kalas doon. Kapag hindi niya maibalik sa dati, saka niya tatawagin ang Papa niya. Na sesermunan muna siya nang katakot-takot bago buuin ulit ang bike, o lumang discman, o 'yung talagang ikinagalit ng Papa niya, 'yung lumang radyong hindi na naman talaga gumagana pero namana pa raw kasi nito sa lolo nito. Mukhang kahon lang na may dalawang pihitan sa ibabaw. Dito raw ito unang nakinig ng mga balita noon. "Papasukin mo na," naririnig niyang sinasabi ng Mama niya, habang tampal siya nang tampal sa braso niyang pinagpipistahan ng mga lamok sa garahe. Pero matigas ang Papa niya. Hindi nito bubuksan ang pinto hangga't di sumisikat ang araw.

Kaya isang araw, talagang nagpaumaga na lang siya sa computer shop. Na hindi na niya inulit dahil pinuntahan siya ng Papa niya mismo sa shop bago pa man sumikat ang araw. Hindi na nito kailangang magsalita. Pagkakitang-pagkakita ni Janus na ito ang pumasok nang bumukas ang pintuan ng Malakas, tumindig siya agad at umuwi. Nagkataong may dumaraang traysikel pagkalabas niya ng shop, pinara niya at nagpahatid siya sa Atísan nang hindi na hinintay na makasakay rin ang Papa niya. Pagdating niya sa bahay, hindi rin siya binati man lang ng Mama niya. Nagwawalis ito ng bahay, nakahanda na ang umagahan sa mesa. Sinangag, pritong tapa. May nakatimpla nang kape sa tasa ng Papa niya. Pagpasok ng Papa niya, isinara nito ang pinto ng bahay. Napatigil sa pagwawalis ang Mama niya. Nilapitan siya ng Papa niya, nakatayo siya noon sa tapat ng lababo, at saka siya sinampal nito sa pisngi nang pagkalakas-lakas. Isang beses lang pero napaiyak siya. Inis na inis sa sarili si Janus kung bakit siya napaiyak noon. Halos isumpa niya ang spot na iyon malapit sa lababo nila.

Mula noon, nagpa-good shot siya. Nagta-TALA pa rin siya pero hindi na siya nagpapaabot ng hatinggabi. Hangga't kaya niya, umuuwi siya nang alas-diyes. Halos isang linggo siyang hindi inimikan man lang ng Papa niya. Ang Mama naman niya, walang binabanggit na kahit ano tungkol ditong parang hindi nangyari ang pagpapaumaga niya sa labas at ang pananampal ng Papa niya. Hindi niya ikinukuwento sa tropa niya sa school at sa shop na sinasaktan siya ng Papa niya. Cool ang Papa niya sa kuwento niya sa mga ito. Kayang gawin nito lahat. Lahat, kaya nitong kalikutin at kumpunihin. Sa Atísan, sa kanila dinadala ang lahat ng nasisira, mula sa traysikel hanggang kotse, mula gasul hanggang washing machine. Bago isauli ng Papa niya, maayos na ulit. Nagagamit na naman.

Sinundan ni Janus ang tingin ni Bungisngis. Ano ang nakikita nito sa daan papasok sa Concepcion? Ano ang nakikita nito sa pagyayakap ng dilim at ng liwanag ng poste? Walang makita si Janus, pero naaalala niya ang lalim at dilim sa mga mata ni Harold bago niya hinawakan ang braso nito. Bakit niya iniwan ang mga ito?

Tang ina, sabi niya sa sarili, *panaginip lang 'to. Panaginip lang 'to. Panaginip lang 'to.* Pero ayaw mawala sa alaala niya ang napulbos na braso ng kaibigan sa palad niya. Hindi siya nito kinailangang pilitin para magparehistro sila sa tournament. Ito ang kauna-unahang pinakamalaking tournament ng TALA sa bayan. Initiated ng Malakas, na isa sa pinakamalaki at maayos na Internet shop sa Balanga. Mabilis ang Internet, hindi naglalag, bihirang mag-restart ang laro, at mas mura ang per hour kompara sa ibang shop na mas maliit at kakaunti ang unit.

Na-assign sila ni Harold sa ikatlong batch, na ginanap nung ikalawang gabi ng tournament elimination. Martes iyon, dahil naalala niyang naka-P.E. uniform siya sa school kinabukasan nang ipinagmamayabang niya sa mga kaklaseng siya ang nagtop sa batch nila. Tulad ng inaasahan, siya lang ang nakaabot sa Level 8. Si Harold, naka-Level 7. Limampu't apat silang naglaro, dahil 54 ang computers sa Malakas para sa sabay-sabay na nagrerenta. Puno. Pero hindi si Janus ang bumida sa laro, kundi 'yung isa nilang kasabay na Level 1 pa lang e namatayan na ng Anito. Kantiyawang katakot-takot. Idinaan sa biro nung kumag, pero alam nilang lahat na asar na asar din ito sa sarili. Isang maling hakbang ng Anito't nahulog ito sa patibong ng Tiyanak.

Komplikado ang Level 1, lalo pa kung hindi ka pa nakapaglalaro ng TALA. Kailangan mong i-sync ang galaw ng iyong BAT. Hindi maaaring masyadong malayo ang Bayani sa Anito. Naroon ang Tiyanak sa bawat galaw mo, lilituhin ka, lilinlangin, ililigaw. Iba ang lohika ng maraming desisyong kailangang gawin sa TALA. Hindi ito kagaya ng ibang larong basta kailangan mo lang patayin nang patayin ang bawat kalabang makasalubong sa daan. Hindi ito kagaya ng ibang kailangan mo lang magpalakas nang magpalakas, magparami ng armas, magparami ng pananggalang. Sa TALA, importante ang mga desisyon, ang mga pagpiling kailangang gawin. Halimbawa, nang binuo ni Janus ang BAT niya, kailangan niyang pumili kung ang Bayani niya ay Bagáni o Púsong.

Mandirigma ang Bagáni, mahusay na tagapagtanggol ng bayan. Matapang, malakas, magaling gumamit ng mga sandata. Samantala, palaisip ang Púsong, mahusay na pilosopo ng bayan. Marunong, maliksi, magaling magplano ng bawat hakbang. Hindi tulad ni Harold, Púsong ang pinili ni Janus. Bibihira pa ang gumagamit ng Púsong sa mga naglalaro sa Malakas, sa pagkakaalam niya. Marami sa mga pumipili ng Púsong bilang Bayani, hindi nagtatagal, pinakamalayo na umano ang Level 3. Hindi matalo ng galaw ng Púsong nila ang halakhak ng Bungisngis sa level na iyon.

"Nasa Malakas ka," sasabihin nina Harold noon. "Dito, ang Bayani e Bagáni. Doon ka maglaro sa Rainbow!" Sabay tawanan. Rainbow Network ang Internet shop na mas tinatambayan ng mga babaeng teenager, para mag-FB, mag-chat, maglaro ng Fashion World, mag-Candy Crush, manood sa YouTube. Walang nagta-TALA na mahuhuling nag-i-Internet sa Rainbow Network.

Pero may ilang babaeng naglalaro ng TALA.

Tulad ni Mica. Bakit ba hindi pa nagre-reply si Mica?

Sa isip-isip ni Janus, kung strategy game ang TALA, mas kakailanganin niya ang talas ng pag-iisip ng Púsong para makausad sa laro. Isa pa, mas gusto niya ang hitsura ng Púsong kaysa sa Bagáni. Gusto niyang tila laging nakangiti ito, parang ibig ipaalam sa kalaban na mayroon siyang iba pang alam at naiisip na hindi alam at hindi naiisip ng kalaban. Gusto rin niyang may kakayahan ang Púsong niyang mag-iba ng anyo bilang usa, kapag todo ang lakas nito at ng Anito nito. Hindi tulad ng aswang na kinakailangang pumatak ang dilim bago makapagbagong anyo, anumang sandali'y maaaring maging usa ang Púsong at maliksing tawirin ang mga daan basta't makapangyarihan ang Anito nito.

Pinangalanan ni Janus na *juno-s06* ang Bayaning Púsong niya, sang-ayon sa pangalan ng nakababata niyang kapatid. Kapareho ng edad ngayon ni Juno ang edad niya noong ipanganak ito may pitong taon na ang nakakaraan. Wala na sa isip niya noong magkakaroon pa siya ng kapatid. Pero nang dumating si Juno, sinabi niya sa sarili niya na magiging mabuti siyang kuya. Kapag pinapagalitan siya ng Mama nila o sinasaktan ng Papa nila, ang naiisip ni Janus e kung ano'ng iniisip ni Juno tungkol sa kaniya. Mas nahihiya siya sa bunsong kapatid.

Naramdaman ni Janus na nag-vibrate ang phone niya. Si Mica.

"slr. ano meron?"

Ano nga bang meron? Biglang hindi alam ni Janus kung ano'ng sasabihin kay Mica. Naglaro rin ito sa qualifying, noong isang gabi lang. Mahigit dalawang daan ang lahat-lahat ng nagparehistro. Hindi ito nakasama sa top 6. Tatlong gabi pa silang naghintay ni Harold bago nila nalaman ang final ranking. Pang-15 si Mica. Nagtataka sila kung bakit anim lang ang kinuha para sa championship gayong 54 nga ang computers sa Malakas. Mas malaki sana ang pagkakataon nilang makalayo, makalapit sa kinaroroonan ni Tala, kung marami sila. Isa pa, puwedeng may hindi nakasama sa top 6 na minalas lang noong qualifying. Maling desisyon. Maling galaw.

"wla lng. gwa mo?"

Alam ni Mica na nasa Malakas siya dapat ngayon. Maaaring nalimutan nito. Maaaring nawala sa isip nito ngayong sandaling ka-text niya mismo, pero imposibleng hindi nito alam na magkasama sila ngayong gabi ni Harold para sa championship sa Malakas. Ano'ng sasabihin niya rito?

Biglang may tumigil na traysikel sa tapat niya. "Sa'n ka, boy?"

"Atísan," sabi ni Janus. "Atísan lang, sa may chapel." Iyon ang landmark malapit sa bahay nila. Wala na talagang regular na misa roon kahit linggo, dahil lahat ay sa parokya na nagsisimba. Ginagamit lang iyon kapag may padasal o kapag may prusisyon. Sa karaniwang araw, tambayan din iyon ng kabataan sa barangay nila.

Tumango ang drayber. Tiningnan ni Janus bago siya sumakay sa loob. Hindi pamilyar ang mukha. Mukhang matanda lang sa kaniya ng apat o limang taon, nasa disiotso o disinuwebe lang. Hindi pa rin nagre-reply si Mica. Nang magmaniobra ang traysikel palayo sa rotonda, saka napansin ni Janus na wala na si Bungisngis. Naisip niyang ang bilis namang nawala nito. Pero agad din niyang naisip na maraming ibang nangyari nang gabing iyon, na mas dapat niyang ikagulat at pag-isipan.

Naramdaman niya ulit na nanginginig ang kamay niya sa pagte-text kay Mica. "Gawa mo?" At naroon, sa sentro ng puso niya, ang dilang-karayom ng Manananggal, hinahalukay ang loob niya, ipinararamdam sa kaniya ang halo-halong emosyon, pinong-pinong sakit at takot, at hindi niya makapa kung nasaan ang dulo't simula.

Gusto niyang bumuhos ngayon na ang malakas na malakas na ulang kanina pa nagbabanta.

Hindi pa rin nagpapakita ang buwan.

KABANATA·II

NUNO

Matagal bago nagmulat ng mga mata niya si Janus. Kinapa niya ang cellphone sa ilalim ng unan niya. 42 new messages. Magkahalong kaba at pag-asa. Umaaasa siyang galing kay Harold ang isa sa mga iyon, na Biyernes pa lang ngayon at mamayang gabi pa ang championship sa Malakas. Pero walang text si Harold. Wala kahit si Mica na nakatulugan na niya kagabi ang paghihintay sa reply nito kung ano ba ang ginagawa nito. Puro GM. Quotes. O announcement lang ng paggising, o ng pagkain, o ng kung anumang ginagawa ngayon ng mga ka-clan niya. 9:12 ang oras sa CP niya. Hindi siya ginigising ng Mama niya kapag walang klase. Sabado ngayon, naisip ni Janus. At hindi panaginip ang nangyari kagabi. Parang gusto niyang iumpog ang ulo sa pader. Kung hindi nga lang hinang-hina siya. Pinakiramdaman niya ang mga tunog sa paligid, sa labas ng bahay, sa kalsada. Walang hindi karaniwan. Parang walang nagbago sa mundo.

Gusto sana niyang mag-text kay Harold. O magpa-miss call. Pero alam niyang hindi puwede. Delikado. Maliban kay Mica, at kay Boss Serj, na hindi pa rin niya alam kung ano'ng nangyari't nawala na lang sa Malakas, walang ibang nakakaalam na magkasama sila ni Harold kagabi. Pero puwede siyang magdahilan kay Mica. Na hindi siya tumuloy. May ibang ginawa. Pero ano'ng kukumbinsi ritong ipagpapalit niya ang championship ng TALA para sa ibang bagay? Naninimbang si Janus kung kailangan ba niyang sabihin ang totoo kay Mica. Bakit nga hindi? *Wala naman akong ginawang masama. Hindi naman ako ang may kagagawan ng mga nangyari.*

Mas sigurado siyang mas hindi niya puwedeng sabihin sa Mama't Papa niya. Kahit kay Juno. Ano'ng iisipin ng mga ito? Mabuti't hindi na siya kinausap ng Papa niya nang umuwi siya kagabi. Nagtaka pa siguro dahil mas maaga kaysa karaniwan ang pag-uwi niya. Tinanong lang siya ng Mama niya kung kumain na siya. Sinabi niyang nakikain siya sa kaklase niya dahil may tinapos silang project. Tulog na si Juno. Mabuti't tulog na si Juno. Kung hindi, tiyak na kukulitin na naman siya nito tungkol sa TALA. Alam ni Juno na juno-s06 ang ginagamit niyang pangalan ng Bayani niya. Madalas na nauuwi tungkol sa kuwentuhan sa katatakutan ang pagkukuwento niya tungkol sa TALA.

Malambing si Juno sa kaniya simula't simula, kahit noong nagsisimula pa lang itong magsalita at maglakad. Kahit paminsan-minsa'y napapagalitan niya rin ito dahil masyadong makulit. Lalo pa kapag naaabala siya sa pagbabasa ng mga ipinaprint na cheat diumano ng TALA, kahit wala pa siyang napatunayang gumagana sa mga iyon. Naka-save lahat iyon sa USB na tinatanggal lang niya sa katawan niya kapag natutulog siya o naliligo. Pero pagkatapos niyang itaboy, siya rin ang lalapit sa bunsong kapatid para mag-sorry dito. Hindi iyakin si Juno. Para itong matandang nagtatampo kapag napagalitan. Nauupo lang ito sa isang sulok, madalas ay sa garahe nila, katabi ng mga gulong at spare parts ng sasakyan, at hindi nagsasalita. Kapag nilapitan na niya ito, tinitingnan lang siya nito at saka niyayakap nang mahigpit.

Bago lumabas ng kuwarto, nagpasya si Janus na basta makiramdam lang. Huwag magpahiwatig ng kahit na ano.

Nagtatahi ang Mama niya sa salas. Nagkukulay naman ng coloring book si Juno sa sahig na agad bumati sa kaniya ng "Kuya!" nang makita siyang lumabas sa kuwarto. Katabi pa rin ng mga magulang niya sa pagtulog si Juno.

"Kanino 'yan, Ma?" sabi ni Janus bago dumeretso sa lababo para magmumog.

"Diyan kina Mareng Merly. Pinapaputulan lang. Kumain ka na. Nariyan sa mesa."

"Kumain na kayo?"

"Tapos na po, Kuya." Matatas magsalita si Juno para sa edad nito. Hindi nila sinanay ang batang magsalita nang pautal-utal.

"Ang galang," biro niya sa kapatid na tuloy-tuloy lang noon sa pagkukulay.

Hindi na itinanong ni Janus kung nasaan ang Papa nila. Malamang na may sumundo rito para mag-ayos ng kung anuman sa kung saan. Tiningnan ni Janus ang sinangag at longganisa sa mesa. Wala siyang ganang kumain pero kailangang hindi siya magpahiwatig ng kahit na ano. Kailangan niyang kumilos na para bang walang nagbago. Walang nagbago. *Walang nagbago.* Kailangan niyang paulit-ulitin ito sa sarili sa pag-asang mabubura nito ang alaala ng mga napulbos na braso ni Harold.

"Si Pa kumain na?"

"Magtira ka ng konti riyan, baka bumalik iyon bago ako makaluto ng tanghalian," sabi ng Mama niya habang tuloy pa rin ito sa pananahi. "Kulang ba sa 'yo 'yan?"

"Okey lang, Ma." Ni hindi siya tinitingnan ng Mama niya kapag nananahi ito. Kahit si Juno, parang hindi nito nakikita't hinahayaan lang na nakadapa sa sahig.

Naalala n'ya nung iniuwi ng Papa niya ang Singer na panahi ng Mama niya. Itatapon na raw kina konsehal na pinuntahan nito para mag-ayos ng sasakyan. Iniuwi ng Papa niya at inayos. Tuwang-tuwa naman ang Mama niya dahil matagal nang gustong makapanahi-nahi, lalo pa't natigil ito sa pagtitinda sa lumang palengke simula nung nasunog ito noong isang taon at ngayon ay pinagpapatayuan na ng mall.

Sa pamilya nila, ang konsehal e si Konsehal Rey Carandang, na ninong din ni Janus pero mas gustong tawaging Konsehal ng Papa niya kaysa Kumpare. Number one councilor sa Balanga, at laging ipinagmamalaki ng Papa niya na bestfriend nito noong nasa college sila sa San Pablo. Sa bayan na ngayon nakatira si Konsehal, na dahil sa kakokonsehal ng Papa niya ay di nakasanayang tawaging Ninong ni Janus. Ninong lang ito kapag kaharap niya't magmamano siya o mamamasko. Kapag napag-uusapan, si Konsehal ito kahit sa isip niya.

Kumakain pa si Janus nang dumating ang Papa niya. Tumayo si Juno at humalik sa pisngi ng Papa nila bago ito bumalik sa pagkukulay.

"May mga reporter sa bayan," sabi nito. Tumigil naman ang pag-ikot ng Singer at humarap ang Mama nila sa Papa nila na isinasaksak noon ang TV.

Ang dilang-karayom ng Manananggal sa puso ni Janus. Napatigil siya sa pagsubo.

"Ano'ng meron?" tanong ng Mama niya.

"Taga-TV Patrol. Ang bilis nga e. May mga teenager daw na napagkatuwaan sa bayan e." Binuksan na ng Papa nila ang TV.

"Paanong napagkatuwaan?" Tumayo na ang Mama nila't lumapit sa Papa nila.

"Alam mo na, mga bata. E grabe raw e, ewan ko ba, napadaan lang ako't ang trapik. E lima raw ang patay, 'yun ang sabi-sabi. Tingnan natin, baka may balita na." Napakrus at susmaryosep ang Mama niya, tulad ng ginagawa ng mga nasa soap opera kapag nakarinig ng hindi magandang balita. Inilipat ng Papa niya sa Channel 2. Cartoons ang nasa telebisyon. Hindi nahilig sa panonood ng cartoons si Juno. Ni hindi ito nag-angat ng ulo sa TV.

"Mamaya pa 'yan, mamayang gabi," sabi ng Mama nila.

Noon tiningnan si Janus ng Papa niya. "Kaya ikaw, Janus, sinabi ko na sa iyo, hindi ka dapat nagpapagabi. Kita mo 'yun. Lima, patay! Ano ba'ng pinaggagagawa ng mga kabataan ngayon?"

Lalo nang hindi nalunok ni Janus ang kinakain. "May mainit pang tubig, Ma?" Bigla'y gusto niyang maggatas. Hindi na niya hinintay ang sagot ng ina. Tumayo siya't nilapitan ang thermos. Meron pang laman.

Wala dapat mahalata sa kaniya. "Ano daw pong ginawa, Pa? Paano namatay?... Pinatay?"

Tiningnan siya ng Papa niya na parang binabasa siya nito. Yumuko si Janus habang nagsasalita ang ama. "Malamang! Ewan ko ba. Ang hinala'y droga-droga. Buong kalye 'yung binakuran ng mga pulis. Akala mo, pista. Ang daming tao. Hindi pa sumisikat ang araw nang umalis ako kanina dahil may pinapatingnan si Konsehal bago raw siya umalis ngayong umaga. Napansin ko nang may ilang tao roon, malapit lang sa simbahan sa bayan. Akala ko naman, kung ano lang. Baka kako may parada. Ano ka't nang paalis na ako, sinabi ni Konsehal na may itinawag nga sa kaniya. May limang teenager daw na pinatay sa bayan. Pagdaan ko nga pabalik, ayun, ang dami nang tao. Kaya ayokong napapabarkada ka, Janus. Kung bakit dumadayo ka pa sa bayan kahit dis-oras ng gabi. Kita mo 'yan. Kung ikaw ang mapagdiskitahan sa susunod?" Ngayon naisip ni Janus kung kailan tumigil ng pagtawag sa kaniya ng Jan-jan ang Papa niya. Iyon ang tawag nito sa kaniya simula noong bata siya. Mula ba noong mag-high school siya? Mula noong makita siya nitong umiinom? Mula noong sinimulan siya nitong paluin? Nami-miss niya ang Papa niyang tumatawag sa kaniya ng Jan-jan. Naalala kaya nito ang Malakas kung saan siya sinundo nito noon?

22

"Ano ka ba, Juanito, itutulad mo naman ang anak mo sa mga iyon," sabi naman ng Mama niya. Ito na ang dumampot sa remote at nagpatay ng TV. Tuloy naman sa pagkukulay si Juno pero alam ni Janus na nakikinig ang kapatid niya. Pilit nitong inuunawa sa abot ng makakaya ng anim na taon nitong isipan kung ano'ng nangyayari.

Tinext ni Janus si Mica pagkatimpla niya ng gatas: "gud am."

Walang nagbago sa mundo. Kailangang hindi siya magpahiwatig ng kahit na ano. Normal lang ang lahat. Kalma lang.

"Ite-text ko mamaya si Konsehal kung ano'ng nangyari," sabi ng Papa niya.

"Abangan natin mamaya, mamayang gabi sa TV," sabi ng Mama niya. "Wala ka na bang gagawin?"

"Mamaya pa, makatanghalian. Pinapatingnan nina Lydia 'yung ref nila. Iidlip lang ako sandali ha." Tumayo ito at tiningnan ang panganay na nagtitimpla noon ng gatas. Para bang sinasabi nitong huwag kang lalabas ng bahay. Matuto ka. Saka ito dumeretso sa kuwarto nilang mag-asawa.

Bumalik na rin ang Mama niya sa pananahi.

Lumagok naman si Janus mula sa baso ng gatas. Wala naman siyang balak lumabas ngayon. Hindi niya alam kung paano pa siya makalalabas ulit. Pero kailangang parang walang nagbago sa mundo.

Kalma lang.

Tulad ng pagiging kalmado ng Anito niya kahit nanghihina na ang Bayani niya.

Kung dalawa lang ang pagpipiliang tipo ng Bayani, bagaman maaaring magkaroon ng laksang iba't ibang katangian ang Bagáni o Púsong, dalawa rin ang maaaring pagpilian bilang Anito: Nuno o Diwata.

Sa paglalarawan sa kapangyarihan ng dalawa: *palalim* ang sa Nuno, *palawak* ang sa Diwata. Iyon ang magkasabay na problema at gayuma ng TALA. Madalas na kailangan mong bigyang-kahulugan kahit ang dapat ay pagpapaliwanag na nito sa laro.

The power of the Nuno deepens as the game progresses, its reach gets deeper and deeper; meanwhile, the power of the Diwata widens, its reach gets farther and farther.

Ano'ng ibig sabihin noon? Lalim? Lawak? Malalim ang pinaghuhugutan. Malawak ang tanaw. Ano ang kailangan ko? Sa isip ni Janus noon, mas kailangan ng Púsong niya ang lalim ng Nuno, kailangang may pinaghuhugutan ang liksi ng Púsong, ni juno-s06. Nuno rin ang pinili ni Harold para sa Bagáni nito. Ang katwiran nito, masyadong pambabae umano ang Diwata. Ang naiisip nito'y ang mga anime na babaeng naka-school uniform ang bida. "Anito rin ang Diwata, tangek," sabi ni Janus. "Katawang kaluluwa, espiritu rin." "May tangek talaga dapat?" sasabihin naman ni Harold. "E di ikaw ang mag-Diwata." Saka sila nagtawanan.

Pero Nuno rin nga ang pinili ni Janus. Noong bata pa siya, minsang dumalaw sila sa lolo't lola niya, sa mga kamag-anak niyang Sílang sa Infanta, malapit sa dagat, ikinuwento sa kaniya ng mga ito inalagaan noon ang Papa nila ng nuno. Hindi na nakalimutan ni Janus ang kuwentong iyon. Isang gabi raw na hindi umuwi ang Papa nila, *iyang Juanitong iyan,* sasabihin pa ng lola niya, *hindi umuwi,* mga anim na taon daw ito noon, kaedad ni Janus nang narinig niya ang kuwentong ito sa Infanta, at kaedad ni Juno ngayon. Mamatay-matay na raw ang lola niya sa pag-aalala. *Kuu, kapag lumitaw ang Juanitong iyan, malilintikan iyan sa akin,* sabi pa raw nito. Pinagtanungan na ang lahat ng kapitbahay. Hiningan na rin ng tulong ang mga tanod. Noong una'y ang ikinatakot nila'y baka nalunod. Bata pa ito'y mahusay nang maglangoy, tulad ng karaniwang bata sa Infanta, pero hindi imposibleng malunod. May mga bata na ring nalunod sa dagat. Ang ilan sa kanila, anak pa ng namamalakaya. Magdamag silang hindi nakatulog, nagbukas na ng ilaw ang mga kapitbahay, gising pa rin sila, kinukumusta sila ng mga nagdadaang mag-aabang ng mga huli kung umuwi na raw ba si Juaning, iyon ang palayaw ng Papa ni Janus noong bata pa ito. "Hindi pa, hindi pa, naku't malilintikan talaga ang batang iyon," sabi pa raw ng lola niya, kahit ang tindi ng kabog sa dibdib nito. Pagkatapos, nang bumaba raw ito sa silong ng bahay nila, kung nasaan ang mga alaga nilang manok na walang kaputak-putak, nakita raw nitong naroon, nakahiga't tulog na tulog sa sulok sa ibabaw ng inilatag na sako, katabi ng mga manok na gising na pala't nakatanod lang kay Juaning. Napasugod daw ang lola niya ng yakap sa Papa niyang nagising na noon. Nang mahimasmasan, ikinuwento raw ni Juaning na nakita niya ang lolo niya, ang tatay ng nanay

25

niya, na kamamatay lang daw noon. Pinasusunod daw siya nito sa bangka, may pupuntahan daw sila, sa peryahan daw sa kabilang ibayo. Sasakay na raw dapat siya sa bangka nang may pumigil sa kaniyang matandang matanda na, subalit kasinliit lang niya. Hinawakan daw siya nito sa braso at sinabing hindi niya lolo ang nasa bangka. Na patay na ang lolo niya. Umiyak daw siya nang umiyak. Sinasabi raw niyang hindi pa patay ang lolo niya. Nasa bangka ang lolo niya, pupunta sila sa perya, sasakay siya ng tsubibo. Maglalaro siya ng color game. Bibili siya ng hamster. Mag-aalaga siya ng hamster. Pero hinawakan na umano siya sa braso ng matandang kasinliit niya papunta sa bahay nila. Sa halip na iakyat, dinala raw ito sa silong, dahil baka raw balikan pa siya ng matandang nagpapanggap na lolo niya. Doon na raw siya nakatulog.

Siyempre, nang ikinukuwento ito ng lola ni Janus sa kaniya noon, nakikinig din ang Papa niya. At kahit ilang libong beses na raw nitong narinig ang kuwento, hindi pa rin niya maalala ang kahit na anong detalye nito. Kahit daw ang lolo niya, hindi niya maalala. Hindi rin siya nag-alaga ng hamster kahit kailan. Hindi niya maalalang nakapunta siya o nagyaya sa kahit na anong peryahan. Bihirang dumayo ang mga nagpeperya sa baryo nila kahit pista dahil tumatawid pa ng dagat at hindi naman ganoon karami ang mga tao. Isa pa, wala ring gaanong pera ang mga tao sa kanila para ubusin sa pagpeperya.

"Paano mong maaalala, e ni ayaw mo na ngang bumalik dito," tila pagtatampo ng lola ni Janus sa Papa niya noon. "Kung hindi pa masusundan itong si Janus." Ipinagbubuntis ng Mama niya noon si Juno. Pero si Janus, hindi nakalimutan ang kuwentong iyon kahit kailan. "Nuno, nuno sa punso ang nagligtas diyan sa tatay mo," sabi pa ng lola niya. "Naku, kung hindi sinawata iyan at naisama nung nagpapanggap na si Tatay, hindi ko na alam kung saan iyan dadamputin ngayon," pahabol pa nito.

Kaya nga nang namimili siya ng Anito, malinaw kay Janus na Nuno ang pipiliin niya. *Lalim.* Kahit naglalakbay palayo, sa pakungsaan-saan ang BAT, alam niyang hindi laging pagpapalawak ng mundo ang layunin. Minsan, kailangang pumailalim. Minsan, kailangang sumisid, tulad sa Level 4 na malalim na balon ang nilusong at inahunan ng BAT niya para makita ang Berberoka, at talunin ito sa sarili nitong elemento, ang tubig.

Simula nang ma-feature sa *Games Master* at *Game Informer* ang TALA, dumami ang interesado sa mga mito't alamat ng Filipinas mula sa ibang bansa. Hindi naman nababasa ni Janus ang aktuwal na magazine, nakikita lang niya ang link online ng ilang artikulo. Mas gusto niyang maglaro kaysa magbasa-basa. Pero paminsan-minsan, napapa-chat siya sa mga forum lalo pa't may nabalitaan siyang nakaabot umano sa Level 9. Naging karaniwang salita ang *anito* para sa mga batang naaadik sa TALA, nagmula man sa Asya, sa US, o sa Europe. Kung minsan, hindi pa rin makapaniwala si Janus na nakaka-chat niya ang isang Belarusian tungkol sa anito't aswang. Tiningnan pa niya sa Wikipedia kung totoong may bansang Belarus. May mga kaibigan siyang taga-Indonesia na post nang post sa FB tungkol sa TALA, pero ni hindi naman makalampas a Level 5, hindi matalo-talo ang Sigbin na dumarami nang dumarami habang tumatagal ang level, nagiging kung ano-anong anyo ng mga hindi makilalang hayop, may kombinasyon ng ulo-katawan-buntot mula sa iba't ibang nilalang.

Isang Spanish na katorse anyos, kaedad lang niya, ang una umanong nakarating sa Level 8. Pero babago pa lang naglalaro si Janus noon. Wala pang isang buwan, naabot din niya ang Level 8. Sa TALArchives.Net, wala pang isang daan sa buong mundo ang nakaabot sa Level 8. 'Yung tatlo, nasa Filipinas, kasama na si Janus. Pero kagabi, silang anim, naaabot nilang lahat ang Level 8. Tulong-tulong silang nakarating sa Level 8 bago nangyari ang nangyari. Bago napulbos ang braso ni Harold nang hinawakan niya iyon kagabi.

Kinagabihan, nakabukas na ang telebisyon kahit naghahain pa lang ang Mama niya ng hapunan. Hindi pa nakababalik ang Papa niya mula kina Aling Lydia. Mukhang nahihirapan itong isalba ang ref ng kapitbahay nila.

Hindi nagpapahalata si Janus na interesado siya sa balita. Kunwari'y tutok siya sa pagte-text. Pero buong araw na hindi nagpaparamdam si Mica. Hindi man lang nag-*gud am* sa text. Imposibleng wala itong load. May nagbago. *May nagbago na.*

"Hindi na natin hihintayin ang Papa mo," sabi ng Mama niya. "Kakain na tayo."

Nasa kuwarto noon si Juno. Tumayo si Janus para tawagin ang kapatid habang kunwari'y busy pa rin sa pagte-text. Pero wala siyang tine-text. Sino ang ite-text niya? Wala siyang number ni Boss Serj, dahil lagi naman itong nasa Malakas. Ang alam niya, doon na ito kumakain at natutulog. Hindi niya maisip ang Malakas nang wala si Boss Serj kahit pa lampas beinte pa lang ito. Alam nilang sa station nito'y nagta-TALA rin ito. Pero hindi nito sinasabi sa kanila kung hanggang anong level na ang naabot ng BAT nito, o kung ano'ng pangalan ng Bayani nito, kaya hindi nila ma-search sa TALArchives. Isa pa, mahirap pagkatiwalaan ang TALArchives dahil hindi naman ito official na site ng TALA. Hindi naman automatic na nagrerehistro rito ang records ng BAT. Ang mga talâ rito ay batay lang din sa ulat ng mismong mga naglalaro, na nabe-verify lang kapag ibinigay ang code na ibinibigay sa BAT kapag nalampasan niya ang isang level. Ibig sabihin, puwede talagang mas marami pang nakaabot sa Level 8 kaysa sa nagpaparehistro't nag-uulat sa TALArchives. Ibig sabihin, puwede ring may nakaabot na talaga sa Level 9 pero hindi inire-report dito. Pero hindi rin niya maisip kung bakit hindi ire-report kung sakaling nakaabot ka na sa level na iyon. Mas karaniwang ipagmalaki mo iyon kaysa itago. *Malapit ko nang marating ang Level 9*, naisip ni Janus. Kung hindi nangyari ang nangyari. *Level 9 na sana ako. Kami.* Pero nakaramdam siya ng guilt kung bakit biglang mas iyon pa ang naiisip niya samantalang wala na si Harold. Bahagyang dumiin ang dilang-karayom ng Mananaggal sa puso niya. Wala na si Harold.

Nagtutulog-tulugan si Juno nang binuksan niya ang pinto, pero alam ni Janus. Laro rin nilang magkapatid iyon. Tulog-tulugan. Patay-patayan. Kapag nagkikilitian silang magkapatid, kunwari'y masosobrahan ang pagtawa niya, aatakihin siya sa puso at biglang titigil na lang siya sa pagtawa, titigil kunwari sa paghinga nang dilat na dilat ang mga mata. Kikilitiin pa siya nang kaunti ni Juno, tatapik-tapikin sa kamay, sasampal-sampalin sa pisngi, pero hindi pa rin siya kikilos. Magsisimula na itong kabahan. Yuyugyugin siya. Kapag hindi pa rin siya gumalaw, saka ito magsisimulang humikbi. Pero alam din ni Janus na umaarte lang din ang kapatid. Pero susuko na siya. Magsisimula siyang tumawa at yayakapin ang kapatid na tumatawa na rin noon habang hinahampas ang likuran niya. Pero wala siyang ganang makipaglaro ngayon sa kapatid. Tinawag lang niya ito. "Bunso, kakain na," at isinara na ulit niya ang pinto. Sigurado siyang magtataka ito. Pero bata pa naman si Juno. Marami pang ibang araw. Makakalimutan nito ang isang araw na hindi handang makipaglaro-laro lang ang kuya niya.

Pagbalik niya sa sala, nagsisimula na ang *TV Patrol* Sabado. Binibigkas na ni Alvin Elchico ang *Ulo ng mga Balita.* Pansamantalang tumigil sa pagsasandok ng kanin ang Mama niya at humarap din sa telebisyon. Umalingawngaw ang bungad na balita: "Grupo ng mga teenager sa bayan ng Balanga, natagpuang patay sa isang computer shop." Hindi na nila napakinggan ang mga sumunod na ulo ng mga balita. Pagkatapos ng mga iyon, balita agad tungkol sa Balanga ang ipinasok.

Agad na napaupo ang Mama niya sa sofa. Pansamantalang naiwan ang hapunan sa mesa. Nakita na lang ni Janus na katabi na niya si Juno.

Tapos nang magsalita si Elchico pero umaalingawngaw pa rin sa pandinig ni Janus ang mga sinabi nito. Sa bayan ng

Balanga, limang kabataan umano ang natagpuang patay sa loob ng isang computer shop. Walang CCTV ang computer shop kaya't di alam kung ano'ng nangyari. Natagpuan umano sila ng nagbabantay sa shop matapos nitong lumabas upang bumili ng sigarilyo. Pagbalik niya, wala na umanong búhay ang limang binatilyo. Walang galos sa katawan ang lima kaya't inaalam pa ang dahilan ng pagkamatay. May shot ng labas ng Malakas, itinutok pa ng camera ang pangalan nito. May interview sa isang pulis ng Balanga, pamilyar kay Janus ang mukha dahil nakikita niya itong nagtatrapik sa bayan. Maraming mga taong nag-uusyoso. Sinabi ang pangalan ng mga bata. Nang hapon lang daw na iyon na-identify ang lahat ng bangkay. Kasama si Harold. Harold Ignacio. Walang sinabi tungkol sa nagbibitak na katawan o napupulbos na laman kapag hinawakan. Nangyari ba talaga iyon sa braso ni Harold? Biglang nagduda si Janus sa mga nangyari nang sinundang gabi. May interview sa isang doktor. Sinabi nito na may mga kaso na ng namatay dahil sa sobrang pagod, fatigue, atake sa puso. Pagkatapos, binanggit sa balita ang kaso ng isang Koreano noong 2005 na namatay rin sa loob ng Internet shop sa bayan ng Taegu sa South Korea pagkatapos ng 50 oras na sunod-sunod na paglalaro umano ng Starcraft nang wala halos pahinga. Noong 2012, isang disiotso anyos naman umanong Taiwanese ang namatay matapos maglaro nang tuloy-tuloy na 40 oras ng Diablo III. Pumasok umano ito nang Biyernes sa isang pribadong silid ng isang computer shop. Linggo na nang pasukin ito ng isang staff at dinatnang natutulog. Nagawa pa raw nitong tumayo nang gisingin ng staff. Pero paghakbang ay bigla itong nabuwal at hindi na umabot sa ospital. Marami umanong iba pang kaso ng mga indibidwal na bumigay ang katawan matapos ang tuloy-tuloy na paglalaro ng video game. Pero hindi pa raw nangyayari na may sabay-sabay na ganitong uri ng pagkamatay, lalo pa't iba't iba ang adaptasyon ng katawan sa pagod at pahinga. Patuloy umano ang imbestigasyon ng pulisya sa kasong ito.

Nang iba na ang ibinabalita, tumayo na ang Mama ni Janus at nagyaya na itong kumain sa mesa. Dalawa lang ang plato sa mesa. Mukhang hindi na naman kakain si Juno, na nakaharap lang sa TV, na madalas ay hinahayaan lang ng Mama nila.

Nakaupo na sila't nagsisimula nang kumain nang tinanong siya ng Mama niya kung may kakilala siya sa mga ibinalita. Tumango lang si Janus.

"Huwag na huwag ka nang maglalaro ng mga ganiyan, bata ka," sabi nito. Tumango lang ulit si Janus. Wala naman sa kanilang umabot man lang ng 24 oras na dere-deretsong naglalaro. Wala pa silang tatlong oras kagabi sa computer shop. Pero hindi na siya nagsalita. Ang nasa isip niya, ang na-interview na tagabantay umano sa computer shop na siyang nakatagpo sa mga bangkay. Hindi niya kilala iyon. *Hindi si Boss Serj iyon.*

KABANATA·III

HAROLD

Gustong hilahin ni Janus ang Linggo. Gusto niyang mag-Lunes na para mabaling ang isip niya sa mga kailangang gawin sa klase. *Mag-aaral na talaga ako, mag-aaral na talaga ako*, ito ang paulit-ulit niyang sinasabi sa sarili. Hindi niya na rin tinext si Mica. Hindi niya alam kung ano'ng nangyari, kung ano'ng iniisip nito, pero malalaman niya pagpasok sa school kung bakit hindi na ito nagparamdam. Kahit noong hindi pa ibinabalita sa TV ang nangyari sa Malakas. Magsisimba dapat sila ngayon.

Nagkulong lang siya sa loob ng kuwarto niya maghapon. Alam niyang nagsimba ang Mama niya at si Juno noong umaga pero hindi na siya ginising ng mga ito. Pero maaga siyang nagising. Hindi lang siya bumabangon. Nakatingin siya sa kisame. Maya't maya, vibrate nang vibrate ang cellphone niya. Pero dahil alam na niyang hindi iyon si Mica o si Harold, hindi na niya dinadampot. Wala na siyang ganang basahin ang sangkatutak na GM sa kaniya ng mga ka-clan niya. Naiisip niya ang lalaking na-interview sa TV na nagbabantay raw sa Malakas. Hindi pa niya nakita iyon kahit kailan. Si Boss Serj ang nagbabantay sa Malakas. Totoong may nakakatulong ito paminsan-minsan sa shop, at paiba-iba iyon, pero pamilyar ang mukha ng mga iyon sa kaniya. Hindi pa niya nakita ang lalaking iyon kahit kailan. Sigurado siya. Isa pa, si Boss Serj ang sumalubong sa kanila para sa tournament noong Biyernes ng gabi. Tinapik pa siya nito sa balikat. "Galingan mo, boy," sabi nito. "Ikaw ang pinakamalakas dito. Kapag sinuwerte, dadayo tayong Maynila. Astig 'yun."

At buo na nga sa loob niyang siya ang mananalo, hindi lang dito sa Balanga, kundi maging sa championship sa Maynila. Ilang beses niyang binalik-balikan ang FB page ng tournament na iyon. Kahit mga tagaibang bansa, gustong dumayo pa ng Filipinas para lang personal na makasali, lalo pa't nagmula nga rito ang creators ng TALA Online.

Pero sa lahat ng features na lumabas tungkol sa TALA, hindi nagpapakilala ang mga nagdisenyo ng laro. Sa interviews, sa pamamagitan lang ng e-mail, at gumagamit sila ng alyas. Sa ngayon, tatlo ang nagpapakilala bilang creators ng laro at ginagamit nila ang mga alyas na LOG, ECS, at JAP. Ayon sa iba, initials ang mga ito, at kung ano-ano na'ng imbentong pangalan ang lumabas sa Internet, lalo pa sa Facebook. May alam mong fake accounts para kina Leandro O. Gomez, Edmund C. Salazar, at Jeremiah A. Pilapil. May Twitter account pa ang bawat isa sa kanila, na inaabangan ng marami ang updates tungkol sa kung ano-anong releases. Sa actual release ng laro lang may disclaimer ang TALA na wala silang Facebook o Twitter accounts. Hindi Leandro, Edmund, o Jeremiah ang pangalan ng creators nito. Na kung gustong makipag-ugnayan sa kanila ay iisa lang ang e-mail address na maaaring gamitin: talacollective@gmail.com. Walang Facebook o Twitter account ang e-mail na ito.

Naisip ni Janus na bagaman nagdadagdag iyon ng misteryo sa laro, wala naman talaga siyang pakialam sa mga ito. Sapat para sa kaniya ang gayuma ng laro. Doon siya interesado. Kung paano siya makaaabot sa Level 9. Kung paano niya malalampasan ang Walong Aswang sa Level 8. Ang haba kasi ng Level 8, mas mahaba pa sa buong level 1 hanggang 7, dahil may walong iba't ibang uri ng aswang na kailangang lampasan at kalabanin. Mauubusan ka talaga ng lakas. Mauubusan ka ng estratehiya, dahil bawat aswang, iba't iba ang paraan ng pagsagupa.

Pabiling-biling si Janus sa kama. Nakakailang aswang na ba siya bago nangyari ang nangyari?

Lumabas lang siya sa kuwarto nang katukin siya ng Mama niya nang magtatanghalian na. Hindi halos sila nag-uusap habang kumakain. Patingin-tingin lang din si Juno. Nakikiramdam, sa palagay ni Janus. Hindi alam ni Janus kung anong oras nang nakauwi ang Papa niya kagabi pero wala ulit ito ngayon. Nakatapos silang kumain nang wala halos sinasabi ang Mama niya. Nagkusa na siyang maghugas ng pinagkainan. Hindi naman niya ito madalas na ginagawa, maliban kung gusto niyang magpa-good shot. Ngayon, kailangan lang niyang may gawin, para hindi siya masyadong nag-iisip. Hindi rin siya kinukulit ni Juno. Mukhang nararamdaman din nitong may kakaibang nangyayari kaya hindi ito masyadong nagsasalita. Kaya hindi siya nito hinaharot sa paglalaro.

Pagkatapos niyang maghugas sa lababo, tumambay siya sa garahe nila, hawak ang bola ng basketbol. Padribol-dribol habang nakaupo. Ni hindi siya dinadaanan sa bahay ng mga kabasket niya sa Atísan.

Dug. Dug. Dug.

Tigil. Gusto niya talagang mag-Lunes na. Mas mabuti sa school, may iba siyang makakausap. Hindi siya sigurado kung ano ang sasabihin niya kay Mica pag nagkita sila—o kung ano ang sasabihin nito sa kaniya. Kinakabahan siya pero mas okey na iyon, na makita ang mga kaklase niya. Gusto niya ring malaman kung ano ang reaksiyon ng school sa pagkamatay ni Harold. O kung ano ang ginagawa ng buong bayan sa pagkamatay nung limang kalaro niya. Kung may nagtataka rin ba kung bakit hindi si Boss Serj ang humarap sa kamera. Sa ngayon, bukod sa ikinuwento ng Papa niya kahapon at sa ibinalita sa TV kagabi, wala na siyang iba pang alam.

Dug. Dug. Dug.

Tiyak na namamahinga ngayon ang Mama niya sa kuwarto, kasama si Juno. Noong siya ang nasa edad ni Juno ngayon, pagkakain ng tanghalian e nagbabasa ang Mama niya ng kung ano-anong libro. O ng mga koleksiyon nito ng komiks.

Dug. Dug. Dug.

'Yung pamilya ng Mama niya, tagarito talaga sa Balanga. Nagkakilala sila ng Papa niya sa San Pablo. Doon daw nagkolehiyo ang Mama ni Janus, nakitira sa pinsan ng nanay niyang doon na nakatira. Ang Papa naman niya, nagtrabaho noon sa isang hardware doon habang nag-aaral din sa gabi.

Dug. Dug. Dug.

Hindi nakatapos ang Mama niya. Education dapat. Itinanan ng Papa niya, na halos limang taon ang tanda rito. Halos patayin daw ang Papa niya ng tatay ng Mama niya. "Huwag kang makauwi-uwi rito, Josefina!" sigaw raw nito nang tinangka nilang umuwi. Nakaamba pa raw ang kutsilyong pantinapay naman. Pinagtatawanan na nila ito ngayon kapag pinagkukuwentuhan.

Dug. Dug. Dug.

Pero noon daw, takot na takot talaga ang Papa niya. Pangatlo si Josie sa magkakapatid. Dalawang nakatatandang babae rin at isang bunsong lalaki. Iyong unang dalawa, maaga ring nag-asawa. Umaasa ang mga magulang niyang siya ang unang magkakatitulo sa pamilya. E nabuntis. Kagaya rin daw pala ng mga ate niya. Malalantod. Kung saan nagmana. Nagwawala raw talaga ang lolo niya noon. Pagkatapos, nang nahulasan na, nang mapakalma na ng mga kamag-anak at kapitbahay, saka ito binirong itinanan din lang naman ang asawa. "Huwag ninyo akong babarinuhin!" sasabihin nito. Pero alam nilang ayos na, wala na itong magagawa.

Dug. Dug. Dug.

Ikinasal ang Papa at Mama niya at saka nalamang hindi pa naman pala talaga ito buntis. Inabot pa ng halos isang taon bago nabuntis ang Mama niya kay Janus. Alagang-alaga raw ng Papa niya ang Mama niya dahil mahirap ang pagbubuntis nito. Mahina raw ang kapit ng bata. Mabuti nga raw at nagdalantao pa.

Dug. Dug. Dug.

Nang maipanganak si Janus, at makitang normal, hindi naisip nina Juan at Josie na susundan pa ito, dahil nga sa naranasang pagbubuntis kay Janus. Baka raw makunan na ito. Hindi talaga iplinano si Juno.

Dug. Dug. Dug.

Hindi binabanggit sa kaniya nang tuwiran pero laging ramdam na ramdam ni Janus, lalo pa mula sa Papa niya, na laging mas magaling si Juno. Mas mabait. Kulang na lang, sabihin sa kaniya na mabuti't ipinanganak si Juno, may magsasalba sa pangalan nila. Pero hindi naman niya magawang magalit sa bunsong kapatid.

Dug. Dug. Dug.

Totoo namang mabait ito. At ngayon pa lang, talagang kakikitahan mo ng katalinuhan. Natatalo na siya nito sa chess, kahit pa ang pakonsuwelo ni Janus ay hindi naman niya talaga sineseryoso ang laban. Kapag kinakausap niya ito tungkol sa TALA, kahit hindi pa naman talaga ito nakapaglalaro noon, nakakapag-suggest ito ng kailangang gawin. Kung ano'ng mabuting estratehiya. Tulad ng paggamit sa Mambabarang para matalo ang Manananggal sa Level 2. At kapag Mambabarang na lang ang natira, kung paano ito matatalo sa pamamagitan ng paglalaro sa pormula ng barang nito upang tumalbog iyon pabalik dito. Kaya naman niyang maisip iyon noon sa sarili lang niya. Pero hindi pa siya seryosong-seryoso noon sa TALA. Nilalaro-laro lang niya.

Dug. Dug. Dug.

Ang totoo, ilang beses siyang namatayan ng Anito. Ilang beses siyang nag-configure ng BAT bago niya nabuo si juno-s06 at ang Anitong Nuno nito.

Dug. Dug-dug-dug-dug. Dug-duuuug. Gumulong ang bola sa gate nila. Tumayo siya para damputin ito. At pagtayo niya, nakita niyang nakatayo sa labas ang kapitan ng barangay nila kasama ang nanay ni Harold. Ilang beses na niyang nakita noon ang nanay ni Harold sa bahay ng mga ito at sa school. Nagparamdam ang dilang-karayom ng Mananaggal sa puso niya.

Binuksan niya ang tarangkahan.

"Narito ba si Pareng Juan?" tanong ni Kapitan sa kaniya. Nakatingin lang sa kaniya ang nanay ni Harold. Mugto pa rin ang mga mata nito. Nag-iisang anak si Harold, sa pagkakaalam niya.

"Wala po. Si Mama lang po."

Hinawakan naman siya sa kamay ng nanay ni Harold. "Janus, anak," sabi nito. Baság na baság ang boses. Hindi alam ni Janus ang sasabihin. "Si Harold." At napaiyak na ito nang tuluyan.

"Oo nga po," sabi ni Janus. Nagsisi siya kung bakit di niya agad idinagdag na *nakita ko nga po sa TV.*

"Mamaya na iyan, Minda, pumasok muna tayo," sabi ni Kapitan bago bumaling kay Janus. "Utoy, pakitawag nga muna si Mareng Josie."

Binitiwan si Janus ni Na Minda. Tumango naman ang binatilyo sa Kapitan bago ito pumasok sa loob ng bahay. Pero bago pa man niya makatok ang ina sa kuwarto'y nasa labas na ito. Nasa hitsura ng mga mata nito ang pagtatanong kung sino ang mga nasa garahe. Nasilip ni Janus na tulog si Juno sa kama. O nagtutulog-tulugan na naman ito.

"Sina Kapitan po." Sinadya niyang hindi muna banggitin ang nanay ni Harold.

"Sinabi mong wala rito ang Papa mo?"

"Hindi po yata si Papa," sabi ni Janus. *Ako po yata ang kailangan*, gustong sabihin ni Janus sa ina pero mukhang naiintindihan na nito. Lumabas ito sa garahe, nakasunod lang si Janus.

"Kapitan, kayo pala, tuloy kayo, tuloy."

Hindi kilala ni Aling Josie kung sino ang kasamang babae ni Kapitan pero may idea na siya. Nang nakaupo na ang tatlo, pinalabas nito si Janus para bumili ng softdrinks kahit tigas sa pagtanggi ang dalawa na huwag na siyang mag-abala. Sumunod naman agad si Janus. Alam na niya kung nasaan sa kuwarto ng mga ito ang coin purse ng Mama niya para sa mga ganoong pagkakataon. Nagtatalo rin sa loob niya kung gusto niya talagang marinig ang sasabihin ng mga ito. Pinag-iisipan pa niya ang reaksiyon ng mukha niya nang makita kanina ang nanay ni Harold. May nabasa kaya sina Kapitan sa mukha niya? Hindi niya alam kung kaya niyang magsinungaling, kung ano ang puwede niyang sabihin. Ayaw niyang madamay. *Wala naman akong kasalanan*, paulit-ulit niyang sinasabi sa sarili niya habang naglalakad siya para bumili ng Coke. *Pero ano'ng puwedeng mangyari kapag sinabi ko ang totoo?* Natatakot siya. Lalo pa't naiisip niyang hinawakan niya ang braso ni Harold kaya ito napulbos. Lalo pa't may isang nagpakilala bilang tagabantay sa Malakas nang gabing mangyari iyon pero hindi si Boss Serj. Nasaan ba si Boss Serj? Siya dapat ang nagkukuwento sa mga pulis. Nakita dapat nito ang nangyari. Isa pa, bakit hindi siya binanggit nung binatang nagpa-interview sa TV? Kung naroon talaga ito, binanggit dapat nito si Boss Serj. *At ako.* Binanggit dapat nitong may isa pang player. Na anim ang nagta-TALA nang gabing nangyari iyon. Mabilis na nakabili ng 1.5 liter na Coke si Janus. Pagbalik niya, sinalubong agad siya ng tingin ng tatlong nag-uusap sa salas. Walang tunog ang pag-iyak ng nanay ni Harold pero tuloy-tuloy lang ang pag-agos ng luha't sipon nito na hindi na nito tinigilan ng pagpapahid ng panyo.

Nagsalin si Janus ng mga Coke sa tatlong baso bago dinala sa mga bisita nila.

"Maupo ka muna rito, anak," sabi ng Mama niya. Bihira siyang tawagin nitong anak, maliban kung mayroong sasabihing importante sa kaniya. Tulad noong muntik na siyang hindi maka-graduate ng Grade 6 dahil ayaw siyang ipasá ng teacher niya sa GMRC dahil nahulihan siya nitong nagdala ng porn sa school. Hindi siya pinagsabihan ng Papa nila dahil nakuha niya ang mga iyon sa gamit ng mga ito. Mama niya ang kumausap sa kaniya bago ito pumunta sa school para makipag-usap sa teacher. *Maupo ka muna rito, anak,* iyon din ang linya nito sa kaniya noon.

Naupo naman si Janus sa tabi ng Mama niya. Nasa isahang upuan sa gilid ng malaking sofa sina Kapitan at Na Minda.

"Kilala mo ba si Harold?" sabi ng Mama niya. Natanong na nito kagabi pagkatapos ng balita kung may kakilala siya sa mga iyon. Hindi lang nito alam kung sino.

Tumango si Janus. "Kaibigan ko po. Ka-school din."

"Nagkita ba kayo ni Harold noong Biyernes, utoy?" si Kapitan na ang nagsalita.

Ang dilang-karayom ng Mananaggal. Heto na. Alin ang sasabihin niya? Hanggang saan siya magtatago? Si Boss Serj dapat ang kinakausap ng mga ito.

"Opo," sabi ni Janus. "S-sa school po."

"Pagkatapos sa school?" si Kapitan pa rin. Nakatingin naman kay Janus ang mugtong mga mata ni Na Minda na hindi pa rin tinatantanan ng pagpatak ng luha. Saan pa nanggagaling ang mga luha nito? Basang-basa na ang panyo nito. Dinampot ni Kapitan ang baso niya ng Coke at lumagok.

"Hindi na po."

"Gabi ka na raw umuwi rito nung Biyernes," sabi ni Kapitan na tumingin lang sa Mama niya bago ibinalik kay Janus ang tingin.

"Lagi namang gabing umuwi ang batang iyan, kaya napapagalitan ni Juan," salo ng Mama niya sa kaniya.

"Saan ka pa pumunta nung Biyernes, magkasama ba kayo ni Harold?" si Kapitan.

"Hindi po," sabi ni Janus. Iniisip niya, parang pagsisinungaling lang ito sa Papa niya kapag tinatanong siya tungkol sa school o kapag ginagabi siya. "Magkasama po kami ni Mi—chelle." Walang Michelle. Mica sana ang sasabihin niya pero baka puntahan din ng mga ito. *Hindi naman ako suspek.* Hindi pa nga nila alam ang nangyari sa lima. *Bakit ako ang tinatanong nila?*

"Kaklase mo?"

Umiling lang si Janus.

"Anak," sabi ni Na Minda, sa pagitan ng pagpapahid ng luha. Hindi pa rin nauubos ang luha nito. "Iyon kasing mga ka-section niyang kapitbahay namin, ang sabi, ikaw ang laging kasama. Baka sana nakita mo siya. Baka alam mo ang nangyari…" Patak ng luha. Punas. Patak ng luha. Punas. Patak ng luha. Punas.

"Pumupunta ka ba sa Malakas Internet Shop sa bayan?"

Tumango lang si Janus, pero nakayuko na ngayon. *Sasabihin ko na ba? Pero paano ko ipaliliwanag na hindi nangyari sa akin ang nangyari sa limang iba pa?* Ano ba ang nangyari sa kanila? May nalaglag na luha sa mga mata ni Janus. Pinunasan niya agad. *Tang ina.*

"Kailan ka huling pumunta sa shop?"

"Di ko na po maalala. Mga Lunes po o Martes." Martes sila nag-elimination ni Harold, bago sila bumalik para sa championship noong Biyernes.

"Hindi ka na bumalik nung Biyernes?"

Umiling lang si Janus.

"Madalas ka bang pumupunta roon?"

"Minsan po."

"Sino sa palagay mo ang puwede pa naming matanong tungkol dito?"

Si Boss Serj. *Hanapin n'yo si Boss Serj.* "Di ko po alam… 'yun pong nagbabantay sa shop."

"Nakausap na namin. Pati 'yung may-ari ng shop. Wala naman silang masabi." Habang nagsasalita si Kapitan, tuloy pa rin ang pagpupunas ni Na Minda ng mga luha niya. Palipat-lipat naman ang tingin ng Mama ni Janus sa kanilang tatlo.

"Ano raw po ba'ng nangyari kina Harold?" Naisip ni Janus ang napulbos na braso nito sa palad niya. Kahit ilang beses na siyang naligo, naghugas ng kamay, mula noong Biyernes nang gabi, parang naroon pa rin at nakakapit ang napulbos na braso ni Harold sa mga kamay niya.

Si Na Minda ang unang nagsalita. "Wala na, wala na…" Hindi ito humahagulgol, walang panginginig ng boses, pero tuloy-tuloy pa rin ang pag-agos ng luha nito.

"Ang totoo," si Kapitan, "walang masabi ang mga doktor. Págod daw. Atake. Kaso'y kay babata e. At sabay-sabay. Alam ninyo," at tumingin si Kapitan sa Mama ni Janus, "kung naniniwala lang ako sa kulam-kulam, sasabihin kong nakulam ang mga batang ito e. Kakaiba e, kung nakita ninyo. Hindi ko rin maipaliwanag. Nakita ko kasi 'yung isa, tagariyan lang sa Tapáhan, sa bukana. Nakita ko ang hitsura bago nila pina-cremate."

Lalo namang bumukal ang luha sa mga mata ni Na Minda. Gusto ring maiyak ni Janus. Sa puso niya, naroon ang dilang-karayom ng Manananggal. Parang tinik sa lalamunan. Gusto niyang bunutin, gusto niyang mawala para maging karaniwan ulit ang lahat. Hinawakan niya ang USB na bigay ni Mica at idiniin sa dibdib niya.

"Sino naman ang gagawa ng ganun sa mga batang iyon?" tanong ng Mama ni Janus.

"Iyon na nga, Mare, sino ang gagawa noon. At bakit? May iba bang kinalokohan ang mga ito? Baka may nakatuwaan baga ang mga ito na kung ano at ngayon, ginanyan sila. Hindi natin alam, paano natin malalaman e patay na lahat sila. Lima, Mare, at ngayon lang nangyari ito sa Balanga. Dito sa atin, alam mo naman, may mga kabataang nabibisyo, nambabato sa mga bahay, may ilang kasong nagkakabugbugan dahil sa gang-gang, may nasasaksak, may namatay, di ba noong isang taon lang, sa Paulino Subdivision, naaalala mo, may teenager doon, nalunod, napagkatuwaan daw ng mga kaibigan, alam na di marunong lumangoy, pero sinadyang lunurin, walang balak na itodo, na patayin talaga, katuwaan lang, pero hindi mo alam kung bangag o kung ano'ng tumakbo sa isip ng mga kaibigan, pinatagal sa ilalim, mali ang tantiya, nasobrahan, wala naman palang marunong ng first aid. Patay. Nagkahablahan iyan. Naging away ng mga pamilya. Hanggang ngayon, gulo iyan kahit nakapagbabang-luksa na. O baka ngayon pa nga lang ang simula ng totoong gulo, ng totoong mga paghihiganti, ngayong nakapagbabang-luksa na. Pero iyan, kahit ganiyan, maipapaliwanag mo e. Kaya mong intindihin kahit gaano karahas. Pero ito talaga, Mare, hindi ko maintindihan. Kung ano-ano na ang pumapasok sa isip ko. Kita mo nga't pati iyang kulam-kulam e naiisip ko na rin. Ang mahirap nito, Mare, ito siyempre, malilibing na sa limot. Walang kaso e. Sino'ng kakasuhan mo? Iyong computer shop? Ipasasara? Pero may kinalaman ba talaga roon 'yung nangyari? Puwede siguro silang kasuhan dahil sa pagpapabaya. Pero sa dinig ko, hindi iyon ang gustong mangyari ng mga namatayan e. Gusto siyempre nilang malaman kung ano talaga'ng nangyari. Kung sino talaga ang may gawa nito."

"Sa tingin ninyo, sinadya ba ito, Kapitan?"

"Mare, hindi ko masabi. Pero nagkataon lang ba ito? Ibig sabihin, kahit kanino e puwedeng mangyari lang ito?" Tumingin ulit si Kapitan kay Janus. "Na minalas lang sila? Paano mo naman sasabihin iyan, mare?"

"Ang mga pulis, ano'ng sabi?"

"Ang mahirap nga kasi rito, Mare, hindi matukoy 'yung tinatawag nilang cause of death. Ano ba talagang ikinamatay ng mga batang iyon? Wala e, walang saksak, walang pasa sa mukha o katawan, hindi binigti o kung ano, walang tama ng baril o pukpok sa ulo, wala, hindi tulad ng mga alam nating puwedeng gawin sa karaniwang krimen. Dito, wala ang mga iyon e. Iba. Iba talaga, Mare. Sa ngayon, mas nasa mga magulang ang initiative na mag-imbestiga, magtanong-tanong. Hindi siguro para may managot, pero para mas maintindihan lang. Malaman man lang kung ano'ng nangyari. Kaya nga narito kami ngayon."

Tumatango-tango lang ang Mama ni Janus. Maliban sa isang lagok ni Kapitan kanina, hindi na nagalaw ang mga baso ng Coke. Pawisang-pawisan na ang mga baso. "Madalas ngang pagsabihan itong si Janus ng Papa niya," iyon na lang ang nasabi ni Aling Josie. "Ewan ko ba kung ano'ng nakukuha ng mga batang ito sa computer-computer na iyan, wala namang ganiyan noong panahon natin, maayos naman tayo."

"Iba na'ng mga kabataan ngayon, mare."

"E tayo rin naman noon a, sinabihan din niyan. Lagi namang iba na, iba na."

Naisip ni Janus kung naiisip pa ng Mama niya kung natapos ito ng kolehiyo at naging teacher. Kung paano ito magtuturo. Kahit madalas siyang basahan ng libro at mga komiks ng Mama niya noong bata pa siya, hindi pa rin maisip ni Janus na nagtuturo ang Mama niya sa ibang mga bata, na tulad ng mga naging teacher niya noong grade school at ngayong nasa high school.

"Pero iba pa rin tayo noon, Mare. Ako noon, takót lumabas basta-basta pag gabi. Ang pinakakalokohan na namin, magpaumaga sa kapitbahay. Kuwentuhan, nagbabaraha. Umiinom minsan. Pero kapitbahay lang ha, at madalas pa e bakasyon, kaya wala ring magawa talaga rito noon, e alam mo naman noon, mas iilan lang tayo rito, mas matanda naman ako sa iyo, pero galit na galit na sina Tatay noon. Kesyo hindi na nahiya sa bahay ng may bahay at dinayo pa ng pagpapaumaga. Pero iyon na iyon. Pamilya na rin naman ang turing sa kapitbahay. Na kadalasan e kamag-anak naman talaga.

Magkakakilala pa rin. E ngayon, wala namang curfew-curfew sa kabataan, paano nga e, bukas ang mall hanggang gabi, bukas ang mga kainan. Pati mga sasakyan, di na namamahinga. At iyan ngang mga computer shop na iyan. Halos beinte-kuwatro oras. Wala na, wala nang magkakakilala talaga. Kita mo't ni hindi natin kilala ang mga nakakalaro ng anak natin diyan, tapos e may mangyayaring ganito. Puwede bang ipasara iyang lahat ng iyan? Paano e 'yung mga school din naman, puro computer, puro computer. Gustong matuto lahat ng computer. Hindi naman lahat, may computer, o kayang bumili ng computer. Kaya idinadahilan ng mga bata iyang pagrerenta-renta na iyan e."

Hindi na narinig nang mabuti ni Janus ang ilan pang mga sumunod na napag-usapan. Kung ano-ano nang pumapasok sa isip niya. Parang may iniisip siya, pero wala naman talaga. Sa isang bahagi ng loob niya, ayaw na niyang pumunta sa Malakas, hindi na siya maglalaro ng TALA, hindi na siya hahawak ng computer kahit kailan. Pero sa isang banda rin, naroon iyong pangungulit ng utak niya. *Tapusin lang natin.* Meron bang Level 9? Ano ang nasa dulo ng TALA? Naroon ba talaga si Tala, ang Bathaluman ng Liwanag? Ano ngayon kung mailigtas mo si Tala sa bandang huli?

Nakatayo't nakapagpaalam at nakaalis sina Kapitan at Na Minda pero hindi na alam ni Janus kung paano siya nakasagot sa mga sinabi ng mga ito, kung may itinanong pa ba ang mga ito. Basta naisara na niya ang gate nila, nadampot na ulit niya ang bola niya't nakaupo na ulit siya sa garahe nang mag-isa nang maisip niyang sana, sinabi niya ang lahat. Sana, sinabi niya ang totoong alam niya. Paano pa niya mababawi ngayon?

Sa hapunan, ikinuwento lahat ng Mama niya sa Papa niya ang pagdalaw nina Kapitan at lahat ng napag-usapan nila. Hindi na halos nagsasalita si Janus. Patango-tango lang siya. Pinagsabihan na naman siya ng Papa niya. Hindi nito sinabing huwag na siyang maglalaro o pupunta sa computer shop kahit kailan. Hindi ito galit tulad ng karaniwan nitong mataas na boses kapag pinagagalitan siya. Sinabi lang nito na mag-iingat si Janus kapag nasa labas. Na mag-iingat ito kapag umuuwi. "Delikado na ang panahon. Lalo pa't hindi mo alam kung ano'ng nangyayari." Nakaramdam ng kung anong sundot sa puso ni Janus. Parang bahagyang binunot ang dilang-karayom ng Mananaggal doon. Kahit saglit na saglit lang. Gusto niyang tawagin ulit siyang Jan-jan ng Papa niya.

Pagkatapos kumain, nagbasa-basa lang siya ng mga lumang komiks kahit wala naman talaga roon ang loob niya. Wala na ang mga ganitong komiks. Koleksiyon ito ng Mama niya. 'Yung mga mas matatanda, koleksiyon pa ng lola niya, ng nanay ng Mama niyang nagpapaarkila umano noon ng komiks. Naka-bind pa ang mga ito, kaya nasusubaybayan niya ang mga nobela roon. Sunod-sunod. Kompleto ang mga isyu. *Hiwaga. Aliwan. Pilipino Komiks. Tagalog Klasiks. Pinoy Komiks.* Wala na siyang nakikitang ganito. 'Yung iba, napapanood niyang ipinalalabas sa TV o ginagawang pelikula. Kung hindi niya nababasa ang mga iyon, hindi niya malalamang komiks ang mga iyon dati.

Naging interesado nga lang siyang buklat-buklatin din ang mga ito dahil sa TALA. Nakita kasi niya minsang may mga manananggal at aswang sa komiks na binabasa ni Juno. Limang taon pa lang, marunong nang magbasa si Juno. Bukod sa mga picture book na binibili ng Mama nila noon para sa kaniya at minana na nito, kusa rin nitong binubuklat-buklat ang mga komiks na iyon. Minsan, sa kaniya pa ipinapaabot ang mga bound na kopyang nasa itaas na bahagi ng shelves. May isang kuwarto silang lalagyan lang ng mga komiks na iyon. "Pamana ni Nanay iyan," laging sinasabi ng Mama niya. "At diyan din ako natutong magbasa. Marunong din akong magdrowing-drowing, ano," ihahabol pa nito. Na totoo naman. Noong nasa grade school si Janus, madalas na Mama niya ang gumagawa ng mga project niya sa MAPE lalo pa kapag kailangang magdrowing-drowing.

Isa sa mga binabasa niya ngayon ang *Tatlong Tiyanak* na isinulat at iginuhit ni Miguel Santamaria. Noon pang 1967 ito nalathala sa *Hiwaga*. Kapag iniisip ni Janus ang taóng iyon, parang isang malayong-malayong nakaraan iyon. "Hindi pa rin ako ipinapanganak niyan," sasabihin ng Mama niya. Lalong lumalayo ang panahong pinagmumulan ng kuwento. Nasa ika-41 labas na si Janus. Natuklasan na ng bidang si Jacinta na tiyanak ang bunso niyang anak. Na ito ang pumatay sa dalawa niyang nakatatandang anak. Papatayin na niya ang bata sa pamamagitan ng paglulunod dito sa balon sa likod-bahay nang biglang magulat siya sa paglitaw ng isa pang tiyanak malapit sa balon. *Itutuloy.*

Isinara na muna ni Janus ang bound na komiks. May labindalawa hanggang labinlimang isyu ng *Hiwaga* sa bawat hardbound. Naisip niya, ito ang adiksiyon ng mga tao noon. Ito ang kinahumalingan ng Mama niya at kahit ng lola niya noong bata pa ang mga ito. Ito ang DOTA at TALA nila noon.

Pumasok na siya sa kuwarto para mahiga. Bago matulog, sinubukan niyang pigilan ang sariling mag-text kay Mica pero hindi rin niya nagawa. Nagsimba dapat sila kanina. Simula noong mag-Christmas Party sila noong first year high school at magkasama nilang binuo ang simbang gabi, lagi silang magkasamang magsimba kapag linggo. Magkasabay silang nagpapapirma ng mass card nila para sa Religion, katibayang nagsimba sila. Blangko ngayong araw na ito ang mass card niya. Unang linggo pa lang ng Agosto. Bumubuhos na naman ang ulan sa labas. Buong araw na makulimlim at pagsapit ng gabi, uulan nang malakas. MUSTA lang ang text niya kay Mica. Nang mag-send, pinilit niyang matulog at kaiba ng inaasahan niya, madali naman siyang nakatulog. Ganoon kapagód ang utak niya.

KABANATA·IV

KLASE

Maagang nagising si Janus kinaumagahan. Wala na siyang maalala sa napanaginipan niya ilang sandali lang bago siya magising pero pagbangon, ramdam niyang nanaginip siya. May kaba sa dibdib niyang para bang kumakapal, bumibigat ang dilang-karayom ng Mananaggal doon. Sinubok niyang alalahanin kung ano'ng napanaginipan niya pero walang kahit anong larawan o tagpong pumapasok sa isip niya. Isinuot niya ang kuwintas na may USB na regalo ni Mica bago siya lumabas ng kuwarto.

Hindi pa sumisikat ang araw. Tumila na ang ulan bagaman may mahihinang kulog pa ring maririnig mula sa labas. Gising na ang Mama niya't naipaghanda na siya ng umagahan. Kumain muna si Janus bago naligo at nagbihis. Kahit alas-siyete pa ang flag ceremony nila sa St. Michael's Academy, at wala pang kinse minutos ang biyahe mula sa bahay hanggang sa school, kailangan niyang mag-abang na ng traysikel sa labas ng bahay bago pa man mag-alas-sais. Kapag inabot siya ng alas-sais, puno na halos lahat ng traysikel na magdaraan sa kanila. Noong grade school siya, mayroon siyang service na traysikel. Nang mamatay ang drayber sa sakit sa baga dahil daw sa pag-inom-inom, noon na nagsimulang magbiyahe mag-isa ni Janus. Iyon din ang dahilan kaya kung saan-saan na siya nakakarating pagkatapos ng klase. Hindi tulad dating kailangan agad niyang umuwi dahil naghihintay ang traysikel na sumusundo sa kaniya.

Nasa Grade 5 siya nang magsimula siyang pumunta sa mga computer shop. Noong una siyempre, hindi siya nagpapaabot ng paglubog ng araw. Isa pa, kailangan din niyang magtipid at mag-ipon mula sa baon niya ng panrenta sa computer. Kaya madalas, Biyernes nang hapon niya lang ito ginagawa noon. Pero noong bago siya magtapos ng Grade 6 naadik siya sa DOTA. Pero dahil wala pa ring pera, kahit hindi niya gastusin sa pagkain ang natitira niyang pera, hindi pa rin makatatagal iyon sa computer. Hindi naman puwedeng paisa-isang oras lang siya maglalaro. Mas nakakabitin iyon. Noong una, todo-tipid lang siya. Kapag nakaipon na ng otsenta o isang daan, puwede nang makaapat-limang oras iyon, kasama na ang kaunting pustahan, saka siya maghahanap ng mga kalaro. Minsan, kapag talagang hindi niya mapigilan, napipilitan siyang mangutang. Noon niya nakilala si Harold. Magkaibang school pa sila noon. Sa Central School nag-grade school si Harold. Si Janus lang ang mula grade school nag-aral sa St. Michael's. Naging magkakampi sila minsan ni Harold kasama ang isa pang kaklase nito, 3v3. Talong-talo ang mga kalaban. Naging magkatropa sila at madalas na magyayaan kapag may laban. Si Harold ang inuutangan ni Janus kapag kating-kati siyang maglaro pero wala pa siyang ipon. Madalas namang nananalo sila sa pustahan kaya nababayaran din niya agad ito. Minsan, inililibre na lang siya ni Harold kapag kailangang-kailangan nito ng kakampi. Pero minsan e nagkakasabay silang taghirap kaya badtrip na badtrip sila pareho kapag walang mahiraman ng pera.

Noon nagsimulang magpuslit ng porn ng Papa niya si Janus. Nakita na niya iyon noong nakatago sa drawer sa kabinet na nasa kuwarto kung nasaan ang mga komiks ng Mama niya. Mga pinaglumaang damit ang laman ng kabinet. Nang minsang hinahanap niya ang paboritong Batman shirt noong bata siya, na gusto niyang ibigay kay Juno, nakita niya. *Sariwa* ang nasa ibabaw. May picture ng babaeng nakahubad. Alam niyang hindi niya dapat makita. Hindi naman naka-lock iyong kabinet. Hindi lang siguro naisip ng Papa niyang papakialaman niya ang mga laman niyon. Hindi siguro nito naisip na maaaring may malisya na siya, na tatlong taon na siyang natulian, na pinag-uusapan na rin nilang magkakaklase sa school ang mga ganoong bagay.

Noong una, naikuwento niya lang sa isang kaklase niyang may ganoong magasin sa bahay nila. Nagdala siya ng isa sa school. Binili. Noon niya naisip na puwede palang pagkakitaan iyon. Sa isip niya, baka balewala na naman ang mga iyon sa Papa niya. Baka nakalimutan na nga nitong may mga itinago itong ganoon. Hindi naman iyon kagaya ng komiks ng Mama niyang nakikita niyang lagi pa ring binubuklat-buklat ng Mama niya lalo pa kapag wala itong tinatahi, o walang nagpapa-tutor dito. May nagbayad ng singkuwenta hanggang isang daan para sa magasin. Mahirap pa rin kasing mag-porn sa Internet dahil 'yung mga may computer sa kanila sa bahay, madalas na iminomonitor ng magulang. Sa Internet shop naman, lalong di magawa nang patago. Dahil doon, halos tuwing hapon siyang nakakapag-DOTA. Sa bahay, pinakikiramdaman niya kung nahahalata ng Papa niyang nababawasan ang magasin nito. Sa bandang gitna siya kumukuha, kaya *Sariwa* pa rin ang nasa ibabaw. Wala naman, walang kakaiba sa ikinilos nito sa kaniya.

Kaso, kumalat sa school. May mga nakaalam, kahit mga taga-high school. Noong una, gusto niya iyon dahil darami ang mapagbebentahan niya. Kaso, nakarating kahit sa teacher niya sa GMRC. Si Mr. Fermin. Manong pa naman iyon, dati raw seminarista pero ngayon e basta matandang binata na lang. Natsitsismis pang bakla pero hindi siyempre nila ipinaparinig dito. Wala naman silang ebidensiya. Mas madalas pa ngang masungit sa mga may hitsurang estudyante. Noon pumunta sa school ang Mama ni Janus para makipag-usap kay Mr. Fermin para hindi na nito paratingin sa principal. Kung hindi napakiusapan ng Mama niya, malamang na na-kickout siya sa St. Michael's at hindi naka-graduate ng grade school.

Kasisikat pa lang halos ng araw pagdating niya sa school. 6:02 sa cellphone niya. Halos isang oras siyang maghihintay para sa flag ceremony. Kung karaniwang araw ito, básа lang siya nang básа sa GM ng mga tao sa cp niya. Forward din siya nang forward ng messages na gusto niya sa mga ka-clan niya. Pero hindi ito karaniwang araw.

Pumasok na siya sa covered courts at naupo sa pinakaibaba ng isang bleacher malapit sa entrance. Gusto niya ring makita ang mga papasok. Malapit nang mag-6:30 nang magsimulang magsidating ang mga estudyante. Maraming grade school. Naka-shorts na khaki at polo na may seal ng St. Michael's para sa mga batang lalaki. Dark blue na pantalon para sa mga nasa high school. Pareho lang para sa grade school at high school na babae ang disenyo ng palda: checkered na maroon at black na may kaunting gold. Nagkakaiba lang sa tabas ng blusang pang-itaas at sa korte ng ribbon na nasa bandang leeg.

Wala pa si Mica. Madalas na mga ganitong oras iyon dumarating.

Nang mapalinga si Janus, biglang kumabog ang dibdib niya dahil akala niya'y si Harold ang papasok ng covered courts. Hindi. Third year na varsity ng sepak takraw. Madalas na nila noong sabihing kahawig ni Harold. Kapareho pa ng tindig at paglakad. Kaya nga sinasadya ni Harold na ibahin ang gupit ng buhok niya. Ang loko nga noon, baka kapatid niya talaga. "Tol, mas mukha pa kayong magkapatid kaysa sa totoong magkapatid," sabi pa ni Janus noon sa kaibigan. Ang nasa isip ni Janus, siyempre, si Juno, na matay man niyang isipin e hindi pagkakamalang kapatid niya. Mas singkit ang mga mata nito kompara sa mas bilugang mga mata ni Janus. Mas maitim ang balat nito kompara sa kanilang lahat, kahit pa sa Papa nila. Baka nagmana ito sa parte ng lolo nila sa side ng Papa nila. Iyong mga taga-Infanta. Si Mang Juan na umano ang pinakamapusyaw ang kulay sa mga ito, palibhasa'y matagal na itong tumira malayo sa tabing-dagat.

Maya-maya, dumating na ang mga ka-section ni Janus. Nauna ang mga babaeng kaibigan din ni Mica. Ang bungad ng mga ito sa kaniya, "Uy, alam mo na ba?" Alam na ng mga ito ang nangyari kay Harold. Tumango lang siya. Sino'ng hindi nakakaalam? Nasa *TV Patrol* ito noong Sabado nang gabi. Hindi palaging nababalita sa telebisyon ang Balanga. "Buti wala ka run," sabi pa ng isa. Tumango lang si Janus. Ni hindi siya naka-*oo nga*. Alam ng mga itong halos tumira na rin siya sa Malakas. Malamang na nakikita ng mga ito na laging sila ni Harold ang magkasama papunta roon. O maaari ding hindi. Hindi lang naman sila ang nagta-TALA sa St. Michael's. Maraming iba pang grupo-grupo, mula sa ibang year at sa ibang section. Sa iba pang Internet shop, hindi lang sa Malakas. Pero sila nina Harold ang suki ng Malakas. Ang totoo, siya ang humila kay Mica na lumipat sa Malakas nang malaman niyang naglalaro-laro rin ito ng TALA. Nakiramdam si Janus kung may mag-uungkat sa mga ito kung sino ang nagpainterbyu sa TV na nagbabantay raw sa Malakas. Kung may maghahanap sa kaniya kay Boss Serj. Wala. Wala ba talagang nakakaalam sa mga itong magkasama sila ni Harold noong Biyernes? Hindi ba naikuwento ni Mica sa kanila? Nasaan na ba si Mica?

"Nasaan si Mica?" si Cel na ang nagtanong, ang pinakaka-close ni Mica sa mga ito.

Nagkibit-balikat lang si Janus. Habang tumatagal na hindi nagpaparamdam si Mica, lalo siyang nakararamdam ng pagtatampo rito. Ngayon niya ito kailangan. Baka naman nawala ang phone nito? Baka walang number niya at hindi siya makontak. O baka naman may nangyaring masama sa pamilya na hindi niya nabalitaan dahil mas malaking balita ang nangyari sa Malakas. Hindi na alam ni Janus ang iisipin. Ang sigurado siya, mas okey sana kung narito ngayon si Mica. Mas may makakausap siya. Hindi siya sigurado kung ipagtatapat niya rito ang hindi niya naipagtapat kina Kapitan at Na Minda. Pero may makakausap siya. Anuman ang sabihin niya.

Nang dumating ang mga kaklase niyang lalaki, kinakailangan na nilang pumila para sa flag ceremony. Estrikto ang disciplinary coordinator ng St. Michael's. Malaking laláking coach din ng basketball team. Laging may nakasabit na píto sa leeg, at laging dala ang stick niyang may barnis na pinagmumukha itong kawayan. Kailangan nilang pumila nang maayos at huwag makipagdaldalan kapag tumunog na ang bell sa pagsisimula ng flag ceremony kung ayaw nilang lumapat ang stick na iyon sa puwit nila. Bawal iyon. Pero walang lalaking napalo sa puwit ang magsusumbong sa magulang kung ayaw niyang lalong asarin sa school.

Nagsalita ang academic coordinator ng school, si Mr. Briones, na teacher din nina Janus sa Science. Sinabi nito ang tungkol sa nangyari sa isa nilang estudyante, si Harold Ignacio, na namatay umano sa isang aksidente. *Aksidente* ang ginamit na salita ng school. Na para bang nagkataon lang iyon. Hindi sinasadya. Nabunggong sinasakyan. Nalunod sa dagat. Tinamaan ng kidlat. Aksidente lang ang lahat. Sinabi ni Mr. Briones na para sa katahimikan ng kaluluwa ni Harold at kapanatagan ng mga naulila nito ang panalangin nila para sa araw na iyon. Hindi kagaya ng karaniwang araw na officer mula sa Student Council ang namumuno sa panalangin, si Mr. Briones mismo ang namuno sa isang panalangin. Sa reaksiyon ng mga estudyante, napansin ni Janus na mukhang hindi pa rin alam ng lahat ang nangyari. May ilang mukhang nagulat pa rin. Siguradong hindi nakapanood ng TV noong Sabado at Linggo. Pero hindi makapagtanong sa katabi o sa sinusundan sa pila. Pinatugtog na ang *Lupang Hinirang*. Halos pabulong lang ang pag-awit ng lahat. Pagkatapos, ang panunumpa sa watawat.

Bago sila nakapilang lumabas sa covered courts para pumunta sa sari-sarili nilang mga classroom, nag-announce si Mr. Briones tungkol sa nalalapit nilang First Quarterly Exams sa susunod na linggo. *Mag-aaral na ako*, naisip ni Janus. Doon niya ilulubog ang sarili. Iyon naman talaga dapat ang ginagawa niya, paninisi niya sa sarili. Kung bakit kung ano-anong ibang bagay ang pinagkakaabalahan niya. *Magseseryoso na ako sa pag-aaral*. Noong Grade 1 siya, naaalala niyang nasa honor pa siya. Third honor siya mula Grade 1 hanggang Grade 2. Nawala siya sa honor nung mag-Grade 3 at parang tinabangan siyang mag-aral. Pakiramdam niya kasi, paborito ng teacher niya ang kaklase niyang babaeng kalaban niya sa honor. At 'yung mga anak ng mga nanay na aktibo sa Parent-Teacher Association. Kung bakit hindi nakikilahok doon ang Mama niya. Iyong ibang nanay, halos sa school na tumira. Pagdating ng high school, ni wala siya sa honors section. Nasa section siyang hindi masyadong iniintindi ng mga teacher. Ni hindi nga siya sigurado kung kilala man lang ba siya ng mga teacher niya. Kung kapag nakasalubong niya ang mga ito sa labas e maaalala ng mga ito ang pangalan niya. Janus Gregorio Sílang. Wala siguro. O baka si Mrs. Garcia, ang teacher nila sa TLE. Pakiramdam niya, paborito siya nito. Na tingin nito sa kaniya e mabait na estudyante dahil lagi siyang pinagbubura nito ng blackboard dahil isa siya sa matatangkad sa klase. O dahil nakapagpatahi na ito minsan ng uniporme sa Mama niya. Pero iyon nga, hindi talaga dahil sa kaniya.

Sa isang banda, nasanay na rin si Janus sa ganoon. Invisible sa school. Hindi naman siya loko-lokong problema ng mga teacher. Pero hindi rin naman bibong laging tinitingnan at kinatutuwaan ng mga ito. Hindi teacher's pet. Ayaw na rin niyang balikan iyong pakiramdam noong Grade 1 at Grade 2 siya na parang ang daming inaasahan ng mga teacher niya sa kaniya. Na nahihiya siya kapag nagkakamali sa quiz. O hindi makasagot sa tanong ng teacher. Ngayon, karaniwan na lang iyong may mali. Basta't hindi bagsak, kahit ano'ng grade, okey na sa kaniya. Nawalan na rin siguro talaga siya ng ganang mag-aral. Mahirap ganahang mag-aral kung di ka naman napupuri. O kung kahit aral ka nang aral, laging may ibang mas magaling pa sa iyo.

Inasahan ni Janus na nasa classrom na si Mica, na na-late lang ito at hindi na umatend ng flag ceremony at dumeretso na sa classroom. Pero wala roon si Mica. Hindi ito nagte-text sa kaniya. Hindi nito sinagot ang pangungumusta niya kagabi. Pagkapasok sa classroom, nagsimula nang magwalis at magbunót ng sahig ang cleaners for the day. Masesermunan na naman sila ng adviser nilang si Miss Dimalanta na teacher din nila sa Filipino. At kailangan nilang magpakitang-gilas lalo na't malapit na ang quarterly exams. Friday cleaner si Janus, dahil sa apelyido niya. Dumeretso lang siya sa upuan niya nang mapansin niyang parang nalimot na ng lahat ang mga sinabi tungkol kay Harold. Kung sa bagay, hindi naman nila ito ka-section. Siya lang naman talaga ang malapit dito sa klase nila dahil nasa grade school pa nga lang ay nakakasama na niya ito sa pagdo-DOTA. Kahit sa mga tagaibang section na naglalaro rin sa Malakas, wala ring tulad niyang nagtataka kung bakit wala si Boss Serj. O kung sino nga iyong na-interview na tagabantay raw sa Malakas. O baka hindi rin lang nagsasalita ang mga ito, tulad niya.

Lumipas ang araw na sinikap ni Janus na tumutok sa pag-aaral. Talagang makinig lang sa mga teacher niya. Gawin ang ipinapagawa ng mga ito. Dahil Lunes ngayon, MAPEH ang klase nila pagpatak ng alas-otso. Music ang unang oras, arts ang ikalawang oras. Kapag Biyernes, action day nila. Ibig sabihin, pupunta lang sila sa covered courts at gagawin ang kahit na anong gusto nilang gawin sa loob ng dalawang oras. Sa simula lang ng taon sila tinuturuan tungkol sa Health, kapag kumukuha sila ng Physical Fitness Test. Pagkatapos noon, kapag ipinapaliwanag ang food presentation contest kapag July dahil Nutrition Month. Naaalala na lang ang Health kapag dumarating ang doktor o dentista sa school nila para sa annual na check-up. Ngayon, ni-review sila tungkol sa mga instrumentong pangmusika mula sa iba't ibang bansa sa Southeast Asia. Recess. Tapos, Science kasama si Mister Briones. Hinihintay ni Janus na may sabihin ulit ito tungkol sa nangyari kina Harold. O tanungin siya, tulad ng pagtatanong nina Kapitan at Na Minda. Wala. Deretso ito sa pagre-review sa kanila para sa parating na quarterly test. Nature of Matter. Atomic Structure. Periodic Table of Elements. Pagkatapos, bago mag-lunch, Araling Panlipunan. Si Miss Esguerra ang teacher nila. Biyuda na raw, sabi ng ilan. Sabi ng iba, dalaga pa talaga. Basta't Miss ang dapat nilang itawag. Review rin. Heograpiya ng Asya. Mukhang napag-usapan na talaga ng mga teacher na review week ang linggong ito. Pagkatapos, lunch break. Hanggang 1:15 ang lunch nila. Hindi na siya umuuwi sa bahay dahil mahirap sumakay ng traysikel kapag lunch break. Sa canteen siya nagla-lunch. Halos labinlimang minuto lang siya roon. Kasama niya ang mga lalaki niyang kaklase. Pinag-uusapan nila ang NBA. Nabanggit lang nang isang beses ang tungkol sa nangyari sa Malakas. Pagkatapos, nalipat na ang usapan sa mga babae sa pilot section ng first year. Kung sino'ng may datíng. Kung sino ang nene pa, at sino ang mukhang dalaga na. Pagkakain, iniwan din ang mga ito ni Janus at bumalik na siya sa upuan sa room. Dalawang oras na Math ang huli nilang subject bago mag-uwian. Si Mr. Castillo. Isa sa mga terror ng St. Michael's. Tumanda na sa pagtuturo ng Math. Naging teacher pa umano ng tatay ng ibang kaklase ni Janus na sa St. Michael's din nag-aral. Kahit parang blackboard lang ang kinakausap nito kapag nagdi-discuss ng polynomials at linear functions, pinipilit intindihin ni Janus ang nangyayari.

Naisip niya, madali naman pala. Madali naman palang ibalik 'yung focus, 'yung nawawalang tuon sa kaniya. Káya. Ni hindi nga niya naramdaman ang recess at lunch. Puwede naman palang ganito. Para hindi na rin siya napapagalitan at nasasaktan ng Papa niya. Matutuwa siguro ito kapag nagawa niyang makapasok man lang sa honors section sa third year. O kahit bago siya maka-graduate, sa fourth year. O na sigurado man lang siyang maka-graduate sa fourth year. Dati, hindi man lang niya iniisip iyon, 'yung graduation. *Matagal pa naman. At darating iyon.* Iyon ang lagi niyang iniisip noon. Ang lagi nga niyang nasa isip, kasisimula nga lang niya ng high school. Ieenjoy niya ang high school.

Pero ngayon, biglang gusto na niyang makita 'yung dulo. Iyong pagtatapos. Hindi pa niya naeenjoy ang high school pero gusto na niyang matapos. E humaba pa dahil nataymingan ang batch nila ng K-12. Sila ang unang nag-first year na katumbas ng Grade 7 sa St. Michael's. Hindi niya alam kung maeenjoy pa niya ito. Naisip niya, baka, basta kasama niya si Mica. *Si Mica.* Ang ganda pa naman ng balak niya. Pupunta sila sa EK. At doon, uulitin nila iyong kiss na ninakaw nila dati sa dulo ng field trip nila noong Pebrero lang sa Bundok Makiling. Mas matindi pang kiss kesa smack lang. Birthday din kasi niya noon kaya pinagbigyan siya nito. Trese na rin ako, sabi ni Janus, teenager na. Mas matanda nang halos dalawang buwan si Mica sa kaniya. Ang totoo, nagsinungaling siya. February 29 siya ipinanganak, leap year, bagong milenyo pa. Madalas na March 1 siya nagse-celebrate, kaya kinabukasan pa dapat ang birthday niya. Pero naka-smack na siya, poproblemahin pa ba niya kung Feb 28 pa lang at walang Feb 29 ngayong taóng ito?

Kung narito si Mica, iba sana. Hinawakan niya ang USB na nakasabit sa leeg niya. Ibinigay ito ni Mica sa kaniya kasama ng kuwintas kinabukasan ng field trip nila. Naka-save rito ang lahat ng importanteng web pages at files na may kinalaman sa TALA. Kahit notes ng game strategy niya, lalo pa noong nagbubuo pa lang siya ng BAT niya. Para hindi niya ulitin ang mga pagkakamali sa mga namatay na Anito niya. O para maalala ang ilang eksperimentong galáw na hindi niya naikukuwento kahit kina Harold o Mica.

Nang matapos ang klase, sinubok niyang ipa-ring ang number ni Mica. Wala. Nagriring pero walang sumasagot hanggang sabihin ng recorded na boses na unattended ang numerong tinatawagan niya. Puwede siyang pumunta sa bahay ng mga ito kung gugustuhin niya. Pero ano'ng gagawin niya kapag naroon na? Ano'ng sasabihin niya? Hindi. *Kailangan ko nang magtuon sa pag-aaral. Mag-aaral na ako. Mag-aaral na ako.*

Pero kung bakit hinihila siya ng paa niya sa direksiyon ng Malakas. Tumawid siya ng kalsada at dumaan sa patyo ng simbahan. Lumabas siya sa gate ng simbahan malapit sa punong mangga sa rotonda. Wala roon si Bungisngis. Tiningnan niya ang direksiyon papuntang Villa Concepcion. Kina Harold. Sunod-sunod ang mga traysikel na punò ng mga estudyante. Sabay-sabay halos ang labásan mula sa iba't ibang school. Sa halip na tumigil sa mangga para mag-abang ng traysikel, kumanan siya mula sa simbahan para pumunta sa direksiyon ng Malakas. Napansin niyang walang mga estudyanteng papunta sa direksiyon nito, hindi tulad ng karaniwang araw. Pinagsabihan ba ito ng mga magulang nila? O may kinalaman bang malapit na ang exam ng mga estudyante? Sa ibang school, ngayon na nga ang exam week nila.

Wala nang harang ng mga pulis, wala nang pulis, wala nang mga tao sa labas. Sa karaniwang araw, may mga nakatambay na tao sa labas. Bukas-sara ang pinto sa mga estudyanteng pumapasok at lumalabas. Dederetso na sana siya para silipin lang kung bukás ito at kung may tao sa loob nang matanaw niya si Boss Serj. Nakatambay sa tindahan nina Aling Mila. Naka-jacket at nagyoyosi. Nakatanaw rin sa Malakas. Pagkatapos, bigla itong napatingin sa direksiyon niya. Hindi alam ni Janus kung ano'ng magiging reaksiyon niya. Bigla siyang nagbaba ng tingin. Naglakad naman palayo si Boss Serj. Hindi alam ni Janus ang gagawin niya, kung hahabulin ba niya ito o siya ang tatakbo palayo. Pero may mga tanong siyang baka si Boss Serj lang ang makasasagot. Kahit kinakabahan, sinubukan niyang sundan ang binata. Nakita niyang bumibilis ang hakbang ni Boss Serj, kumanan sa kalyeng papunta sa palengke. Naramdaman sigurong sumusunod siya. Binilisan din ni Janus ang hakbang. *Gusto ko lang malaman kung ano'ng nangyari.* Kung bakit nawala ito nung Biyernes. Kung sino ang humarap sa mga taga-TV Patrol. Kung bakit wala ito ngayon sa Malakas. Naging lakad-takbo na ang mga hakbang ni Boss Serj. Naging lakad-takbo rin ang mga hakbang ni Janus. Hindi na niya iniisip kung may nakakakita ba sa kaniyang ibang estudyanteng nanggaling din noon sa kung saang school. Kailangan niyang makausap si Boss Serj. Tumatakbo na ang binata. Pumasok ito sa palengke. Siksikan ang mga tao, kahit hápon na. Kumanan sa damítan. Natanaw ni Janus na kumaliwa ito palabas sa kabilang dulo, malapit sa tindahan ng mga gulay at prutas. Sinundan niya, pero nang makarating siya roon, hindi na niya alam kung saan ito nagsuot. Hindi na niya ito matanaw. Bakit ito nagtatago? Mabagal siyang naglakad pabalik sa Malakas. Bumalik ang kaba na baka may makakita sa kaniya roon. Pero hinihila siya ng mga paa niya pabalik doon. Pero pagdating niya sa Malakas, sarado ito. Walang sign na nakalagay na Closed o Open. Hinila niya ulit ang pinto. Sarado talaga. Walang announcement kung kailan ito ulit magbubukas. Nawala rin ang mga poster ng DOTA at TALA na nasa pinto. Noon siya naglakad pabalik sa may mangga para mag-abang ng masasakyang traysikel pauwi sa Atísan.

Ginulat sila ng balita sa TV kinagabihan.

"Mga kababayan," sabi ni Kabayan pagkatapos sabihin ang ulo ng mga balita. "Ang balita pong iuulat namin ay lubhang sensitibo. Hinihiling namin ang paggabay ng mga magulang sa kanilang mga anak…Noong nagdaang Sabado namin unang iniulat ang kaso ng limang kabataan sa bayan ng Balanga na namatay sa loob ng isang Internet shop. Hanggang ngayon, hindi pa po alam ang sanhi ng kamatayan. Hindi po namin iniulat ang lahat ng detalye tungkol sa mga bata at sa kanilang pagkamatay dahil na rin sa hiling ng mga magulang. Pero noon din pong Sabado nang gabing iyon at kagabi, Linggo nang gabi, may apat pang magkakaibang kaso ng mga teenager, na pawang mga kabataang lalaki, na sabay-sabay na namatay sa loob din ng mga Internet shop sa iba't ibang bahagi ng Filipinas. Ang isa ay dito lang sa Morayta sa Maynila. Kasama ang kaso ng mga kabataan sa Balanga, umaabot na ngayon sa 43 ang bilang ng mga namamatay. Pare-pareho po ang pagkamatay ng mga kabataang ito. Muli po, lubhang sensitibo ang ulat na ito. Pakigabayan po ng mga magulang ang kanilang mga anak sa panonood. Narito po ang ulat ni Doris Bigornia, live sa Morayta, Maynila."

At saka ipinakita ang video ng pagbabalik sa kaso ng mga kabataan sa Balanga bago dinala ang pagbabalita sa nangyari umano sa walong teenager sa isang computer shop sa Morayta noong Sabado nang gabi. Ang dalawa sa kanila, estudyante sa kolehiyo sa FEU. Pagkatapos, iniulat na noong Linggo nang gabi, tatlong halos magkakasabay na kaso sa Legazpi, Albay, sa Montalban, Rizal at sa Alaminos, Laguna ang naganap. Tig-12 ang kabataang namatay sa Legazpi at Alaminos. Anim naman ang namatay sa Montalban. Nagpasintabi si Bigornia sa mga nanonood, at saka nagpakita ng mga abong nasa vase. Sinabi niyang mula umano ito sa katawan ng isang biktima sa Morayta. Naaabo umano ang katawan ng mga biktimang parang tinupok ng apoy sa hurno. Saka niya sinabing hindi alam kung ano ang posibleng dahilan nito. Wala umanong palatandaan ng iba pang natupok o nasunog sa paligid, malápit sa mga bata. Kahit ang kanilang kinauupuan ay nananatiling malamig dahil sa aircon ng Internet shop. Sinasabi ng ilang maaaring kakaibang kaso ito ng spontaneous human combustion, isang pangyayaring hindi maipaliwanag na dahilan ay nagliliyab ang katawan o bahagi ng katawan ng isang tao. Bagaman may mga naiulat umanong ganitong kaso dati, marami pa rin umano ang nagdududa kung posible ba itong mangyari. Sa kasalukuyan ay binibigyang-pansin na umano ito ng Malacañang at nagbuo na ng isang task force ng mga doktor, pulis, at iba pang eksperto upang siyasatin ang kaso ng mga kabataang ito. Sinabing walang ekspertong pyrologist sa Filipinas upang makapagpaliwanag ng penomenon kaya't sinisikap nilang makipag-ugnayan sa ibang eksperto mula sa Singapore, Japan, at US para pag-aralan ang kaso. Kahit ang Pangulo umano ng bansa ay nagpahatid na ng pakikiramay sa mga namatayan. May kinapanayam na psychologist na nagpaliwanag sa maaaring pinagdadaanan ng mga pamilya ng namatayan. Na ngayon umano ay maaaring nasa state of shock at denial ang mga ito. Lalo pa iyong ni wala nang inabot na buong bahagi ng katawan at abo na lang at damit ng kamag-anak ang dinatnan. Kinakailangan umano ng counseling ng mga ito, gayundin ng mga batang pumupunta umano sa mga computer shop kung saan nangyari ang insidente. Kahit umano hindi sila tuwirang biktima ng pangyayari ay maaaring may trauma itong idinulot sa kanila, lalo pa kung personal nilang kakilala at nakakasa-kasama ang mga namatay sa lugar.

Muling nagbalik kay Doris Bigornia ang kamera. Kita ang pangalan ng computer shop sa Morayta sa likuran niya. May mga bata't matanda rin sa likuran niyang nagpapahagip sa kamera. May kusang mga kumakaway. May mga kunwari'y hindi nila alam na nakukuhaan sila. Meron ding tuwid na tuwid lang ang tingin sa kamera habang nakahalukipkip. "Kabayan, sang-ayon sa ating mga ulat, pare-pareho ang nilalaro ng lahat ng biktima sa iba't ibang lugar sa bansa, mula nga roon sa kaso ng limang teenager sa Balanga. Ayon sa kanila, naglalaro silang lahat nitong TALA Online. Kabayan, sikat na sikat na online game diumano ito ngayon at siyang nilalaro ng halos lahat ng mga dumarayo sa mga Internet shop. Hindi natin alam, Kabayan, kung pagkakataon ba ito. Kinapanayam din namin ang ilang kabataan dito, at sabi nila, sila naman ay naglalaro rin nito at wala namang nangyayari sa kanila. Sang-ayon sa impormasyon tungkol sa laro, mga Pinoy umano ang creator ng TALA, at makikita mo naman sa pangalan, Kabayan, pero sinubok naming kontakin ang e-mail nila, subalit wala pa silang sagot hanggang sa mga oras na ito, Kabayan. Sa ngayon, ang payo ng awtoridad, hangga't hindi pa alam kung ano'ng dahilan ng mga ito, ay iwasan muna, hangga't maaari ang paglalaro ng kahit na ano sa mga Internet shop. Hindi nila sinasabing may kinalaman ang paglalaro, Kabayan, pero ayaw nilang i-rule out ang kahit na anong bagay sa kaso, lalo nga't hindi maipaliwanag ang marami sa mga ito."

"Doris," si Kabayan. "Paano naman iyong normal na paggamit ng computer, ng laptop, ng mga iPad, at ibang gadget, halimbawa, sa mga opisina o sa bahay? Kung may kinalaman iyan sa paggamit ng mga ganitong teknolohiya, ligtas bang gumamit ngayon ng mga ito?"

"Kabayan, wala namang naiulat na namatay dahil lang sa paggamit ng laptop o computer. Pansinin nating lahat ng kasong ito'y grupo. Grupo, kabayan. 'Yung una nga sa Balanga ay lima, at ngayon ay tig-labindalawa ang pinakamarami, sa Alaminos at sa Legazpi. Ang sigurado tayo, kabayan, lahat sila'y nasa Internet shop nang mangyari ito at naglalaro nito ngang TALA na isang online game. Kung pagkakataon lang ang mga ito o may kinalaman ito sa nangyari sa kanila, wala pang sinasabi ang mga pulis, Kabayan. Pero mabuti na umanong iwasan ang mga factor na itong common sa limang kasong naganap nito lang nagdaang tatlong gabi. Kabayan?"

"Hindi naman kaya mag-cause ng panic iyan, Doris?"

"Kabayan, ang payo ng awtoridad, hangga't hindi nalalaman kung ano itong nangyari sa mga kabataan ay manatiling kalmado ang taong-bayan. Iwasan ang paglalaro ng kahit na ano, kahit na ano, Kabayan, lalo pa sa mga computer shop. Sang-ayon naman dito umano ang ilang computer shops lalo pa't mas malaki nga namang aberya, Kabayan, kapag nangyari din sa kanila ang tulad ng nangyari sa mga kaso. Maraming tanong kahit ang pulisya at mga eksperto, Kabayan, kaya mas mabuti umanong mag-ingat."

"Salamat, Doris," at humarap na si Kabayan sa kamera. "Live na nag-uulat mula sa Morayta, Maynila, Doris Bigornia." Nag-ulat na si Kabayan tungkol sa ibang balita at hindi pa rin makagalaw sa kinauupuan niya si Janus. Noon lang niya naisip iyon. May kinalaman ang TALA? Muli, naramdaman niya ang dilang-karayom ng Mananangal na naghahatid ng kirot sa puso niya. Pero kung meron, paano nga ipaliliwanag ang libo-libong iba pang kabataang naglalaro nito, hindi lang dito sa Filipinas, kundi sa iba't ibang panig ng mundo? Isa pa, naisip ni Janus, *ako mismo. Buhay ako. Hindi ako natupok.*

"Narinig mo iyon," sabi ng Papa ni Janus sa kaniya. "Iwasan mo na muna."

"Hindi na po ako naglalaro," sabi lang ni Janus. Nilalaro-laro naman niya ang makapal na buhok ni Juno na noon ay nakatingin lang sa kaniya ang singkit na singkit na mga mata nito. Para bang tinitingnan kung nagsasabi siya ng totoo. "Hindi na ako naglalaro," sabi ni Janus sa kapatid bago niya ito niyakap. "Hindi na maglalaro si kuya. Pramis."

KABANATA·V

MICA

H_indi na ako_ maglalaro ng TALA, hindi na ako maglalaro ng kahit na ano, sabi ni Janus sa sarili. Pero di ibig sabihin noon, titigil na ako sa pag-alam tungkol sa nangyari, paalala rin niya sa sarili. Nandoon ako, puwedeng nangyari din sa akin iyon._ Naroon si Harold, nahawakan niya ang braso ni Harold bago iyon napulbos sa mga palad niya. Kaya naman sa school kinabukasan, dahil Independent Learning ang unang period nila pagkatapos ng flag ceremony, nagpalista siya agad para makagamit ng computer sa Computer Lab.

Pagkaupong-pagkaupo sa harap ng computer, nag-search agad siya tungkol sa kaso ng mga namatay. Nakita niyang meron na namang isang grupo ng kabataan na namatay. Sa Pasig umano. Anim na naman. 49 na umano ang bilang ng namamatay sa parehong kondisyon: grupo ng kabataang lalaking naglalaro ng TALA sa isang computer shop, sabay-sabay na tila nasunog ang loob ng katawan at naabo. Sa Twitter at Facebook, lumaganap ang mga hashtag na #TALAstDayOnEarth, #TALAKills at #TALAFinalLevelFinalDestination. May ilang tweet na kakilala umano nila ang ibang namatay. Na wala na umanong ginawa ito kundi mag-TALA. Na master umano ito ng TALA. Sa TALA nabuhay, sa TALA rin namatay. Kung ano-anong meme ang lumaganap na nakaya pang gawing katatawanan ng iba ang nangyari. May larawan ng isang batang lalaking tutok na tutok sa computer na kinakalabit ng nakababatang kapatid at sinasabihan ng kapatid na: "Kuya, pagamit ng computer, gagawa ako ng assignment." Ang dialogue balloon ng naglalaro: "Huwag kang maingay d'yan at malapit na akong mamatay." Katakot-takot na Like at Share ang inabot nito. May mga nagme-message pa na *sa sobrang level up mo, pre, sa langit na 'yan ah!* May mga seryoso naman ang post na pinapagalitan ang mga ginagawang katatawanan ang nangyayari. Mayroon ding mga nag-aalay ng panalangin.

Pero karamihan ay nagtatanong kung ano ba talaga ang nangyari sa kaso ng mga namatay habang naglalaro ng TALA. May mga naghahain ng kani-kanilang teorya. Muli, may mga pabiro, 'yung puro kalokohan. Mayroon ding mga seryoso na kung ano-anong scientific terms ang binabanggit na hindi naman alam ni Janus. Pero sa lahat ng mga nabasa niya, iisa ang natiyak niya. Lahat ng mga namatay, tulad nina Harold, ay malalakas na ang BAT. Walang nagsisimula pa lang sa kanila, walang nasa Level 1 o 2 o 3 pa lang. Kung malalaman ni Janus ang pangalan ng Bayani ng mga ito, baka makita niya sa TALArchives.net kung anong level na ang pinakamataas na naabot ng mga ito. Level 5 ang pinakamababang level ng isa sa mga biktima, sang-ayon sa post sa forum at tweet ng mga nakakakilala rito. Ang level ng Sigbin. Ang Sigbin na dumarami nang dumarami at nag-aanyong iba-ibang hayop habang tumatagal nang tumatagal ang laro sa level. Bilis ang kailangang estratehiya rito. Mas mabilis na malupig ang Unang Sigbin, mas madaling malalampasan ang level na ito. Pero hindi rin niya alam kung reliable iyon. Maaaring nakalampas sa level na iyon ang naglalaro noong namatay ito.

Bása lang nang bása si Janus. Hangga't maaari, iniiwasan niyang mag-comment sa forum o sa post ng mga tao sa Facebook Pages na may kinalaman sa TALA. Ni hindi siya nagla-like sa status ng mga tao. Iniwan na niya ang conversation ng marami sa mga group sa FB na basta lang siya inia-add kahit hindi naman niya kilala ang mga naroon. Kung sa bagay, hindi naman talaga niya kilala nang personal ang lahat ng 1,847 friends niya sa FB. Kapag ini-add siya, approve lang siya nang approve. Tiningnan niya ang oras sa ibabang bahagi ng monitor: 7:38 AM. Kailangan nilang mag-log out bago mag-alas otso. Nasa classroom na dapat siya para sa EP o Edukasyon sa Pagpapakatao. Isa sa mga paboritong subject ng klase nila, lalo na iyong mga lalaki, dahil bagong teacher at maganda si Miss Ruiz. Dalawang buwan na silang Pamilya at Pakikipagkapwa ang pinag-uusapan sa klase. Siguro, nakatutulong din ang klaseng iyon para magbukas ang ilan sa kanila tungkol sa pamilya. Kaya kapag may problema, sa halip na sa guidance counselor tumakbo, kay Miss Ruiz pumupunta. Ang biruan nga ng iba, kahit walang problema, gumagawa ng problema para makatakbo kay Miss Ruiz. Dalawang beses sa isang linggo lang kasi nila ito nakikita, kapag Martes at Biyernes, tig-isang oras pa. "Miss, kayo na lang ang adviser namin," hirit ng iba.

Ngumingiti lang si Miss Ruiz, at saka sila sasabihang huwag iparirinig iyon kay Miss Dimalanta na teacher nila sa Filipino at homeroom adviser din. Si Miss Dimalanta na galit sa alikabok. Si Miss Dimalanta na naha-highblood kapag hindi pantay ang mga upuan, o hindi burado ang mga nakasulat sa blackboard kapag pumasok siya sa classroom. Si Miss Dimalanta na madalas magsermon tungkol sa pagsisikap at pagtitiyaga kahit nauubos na ang oras para sa talaga sanang lesson nila. Si Miss Dimalanta na mukhang nalantang pechay, sabi ng iba nilang kaklase. "Kina-career ang pagiging adviser," hirit pa ng ilan sa mga kaklase ni Janus. "Highblood much," pahabol pa ng ilan kapag siguradong di naririnig ni Miss Dimalanta. Saka sila magtatawanan.

7:42 AM, magla-log out na si Janus nang may bagong FB message siyang natanggap. Hindi niya kilala bagaman nasa friends niya. Isa sa 1,847 na friends niya sa FB. Malamang na hindi pa totoong pangalan ang pangalan nito sa FB: *Anak ng Angono*. Hindi sana niya ito papansinin kung hindi dahil sa unang message nito: "juno-s06?" Hindi niya binabanggit sa FB ang handle niya sa TALA. Mga kakilala lang niyang naglalaro nito sa Malakas ang may alam noon. Luminga si Janus sa mga kasama sa Computer Lab. May dalawampu't apat na computers sa kuwartong nakaayos nang tig-lalabindalawa sa bawat hanay. Magkakatalikuran ang mga estudyanteng nakaharap sa monitor na nakahanay sa kanan at kaliwang dingding ng kuwarto pagkapasok sa pinto. Puwede bang isa sa mga kasama niya ngayon itong Anak ng Angono na ito?

Napilitan siyang mag-reply: "hu u?"

Nakita niya sa chat box ng FB na nagta-type ang kung sino mang gumagamit ng account. Sinulyapan ni Janus ang monitor ng mga katabi niya. Wala, nagke-Candy Crush ang isa, nanonood sa YouTube ang isa pa. Lumingon siya sandali para makita ang labindalawa sa likod niya. Wala namang kakaibang ikinikilos ang mga ito. Walang nagpapalinga-lingang tulad niya. Ang totoo, tutok na tutok ang mga ito sa pagko-computer. Mabuti nga't hindi na naka-block ngayon ang mga FB at YouTube sa school nila, lalo pa noong ma-orient ang school na nakatutulong ang platform ng mga ito para sa independent study ng mga mag-aaral. Na mahalaga rin sa pagde-develop umano ng ibang uri ng social skills ang social media. Na sa halip na pagbawalan, turuan ang mga mag-aaral ng wasto at produktibong paggamit ng social media. Gayumpaman, may age restriction pa rin ito. Mga trese anyos lang o 'yung mula first year pataas ang puwedeng gumawa ng Facebook account at gumamit nito sa school. Siyempre, may mga mas bata pa ring nakakapuslit paminsan-minsan. Hindi naman talaga sila binabantayang mabuti. Hindi namo-monitor ng school ang mga site na pinupuntahan nila. Kapag nahuli, ipinapasara lang ang window. Kapag nahuli ulit, pinapalabas na ng Computer Lab para magamit ng iba ang computer.

Mahaba ang reply ni Anak ng Angono kaya siguro natagalan: "alam ko ksama ka ng mga naglaro nung fri. buti ligtas ka. ako rin, pareho tayo. alam ko ano nangyari. kita tau. marami pang iba."

Matagal na hindi maka-reply si Janus. Baka patibong ito. Sino ito? Aamin ba siya? "san ka?"

"rizal pa ako. angono. balanga ka, di ba?"

Hindi na kailangang sagutin iyon ni Janus. Ilang bayan lang ang pagpipilian nito, sang-ayon sa mga balita. Pero bakit alam nito ang handle niya? "san mo nakuha juno-s06?"

"alam ko. kelangan tau mag-usap. may iba pa."

"anong iba?"

"tulad ntin. nakaligtas. alam ko nangyari. wag mo sabihin sa iba."

7:53 AM. Malapit na siyang mag-log out.

"gtg. may klase p ako."

"msg ka lng dto, tol. wait ko msg mo. impt to. baka may mamatay pa."

"ok ok. sige."

"hintay ko msg mo tol. punta ka rito rizal o ako punta riyan."

Lalong kinabahan si Janus. Hindi ito puwedeng pumunta sa Balanga. Ayaw niyang may makaalam na naroon siya sa Malakas nang mangyari ang insidente. Masyado nang huli ang lahat para bawiin pa ang lahat ng nasabi niya. Ano'ng sasabihin nina Kapitan at Na Minda? Ano'ng sasabihin ng Papa at Mama niya? Anong sasabihin sa kaniya sa St. Michael's?

"msg kta mmya. mga 4 aftr class."

"ok ok. wait ko tol. importnte. konti lang tau."

"anu b name mo?"

"joey tol. wait ko msg mo. 4 online ako."

"ok sge."

"sge sige tol. slmat."

Nag-log out si Janus sa Facebook at saka niya inisip kung ibig bang sabihin noon ay umamin na siya, na mayroon na siyang isang taong pinagsabihan sa pagkakasangkot niya sa nangyari sa Malakas. At ang masama, ni hindi niya alam kung sino itong taong kausap niya. Alam daw nito ang nangyari. Na kagaya niya, nakaligtas din ito di tulad ng ibang mga naglaro ng TALA. Di tulad ng 49 nang namamatay. Nag-out siya sa log book ng Computer Lab bago siya lumabas pabalik sa classroom nila. Naroon na si Miss Ruiz. Uupo na siya sa last row nang matigilan siya nang bahagya. Naroon sa third row at nakatingin sa pagpasok niya si Mica.

"Uy," mahina, iyon lang ang nasabi ni Janus bago siya pumunta sa upuan sa likod nito at naupo.

"Hi," sabi naman ni Mica. Mahina rin. Hindi kagaya ng Mica na kilala niyang tiyak na may mga kasunod na salita o kuwento o puna para sa araw na iyon.

Wala halos naintindihan si Janus sa mga pinag-usapan nila sa EP at sa klase sa English na sumunod doon. Tinitingnan niya ang likuran ni Mica. Si Mica na hindi nagparamdam sa kaniya simula noong Biyernes nang gabi.

Napansin din niyang may nagbago rito. Hindi niya alam kung sa pagkakapusod ba ng buhok sa likuran. O kung tumaba ba ito nang konti o pumayat. Tapos, pumapasok pa sa isip niya ang FB chat ni Joey. Anak ng Angonong buhay ito. Kung hindi siya mag-online mamaya pagkatapos ng klase, kung i-unfriend niya't i-block ito sa FB, matutunton pa rin kaya siya nito?

Nang mag-recess, tumayo agad si Mica at hindi man lang siya nilingon.

"Mica," pabiglang sabi ni Janus sabay-tayo.

Lumingon si Mica sa kaniya. Noon lang niya napansin, may bahagyang lipstick ito sa labi. Para ring bahagyang may make-up sa mukha. Parang biglang naging dalaga ito sa paningin niya. Ang totoo, kung hindi lang siya matangkad, maiilang siya sa height nito. Nasa 5'6" na si Mica, mas mataas pa ito sa iba nilang kaklaseng lalaki.

'Yung tingin ni Mica, tingin na nagtatanong kung bakit niya ito tinawag. Inosenteng pagtatanong ang nasa mukha nito. Bakit nga ba niya ito tinawag?

"Ano, Mica…hindi ka kasi nagte-text."

Lalong kumunot ang noo nito. "Ha? Bakit?…"

"Wala. Wala naman. Dati kasi…" Bakit mo pagtatakhan ang text, naisip ni Janus. Text lang iyon. *Hindi pa nga tayo, pero masama bang mag-demand ng text man lang?* Lalo pa dahil sa mga nangyari. *Nag-kiss na nga tayo. Nag-kiss na tayo, kahit smack lang iyon, kiss pa rin iyon.* Pero hindi mabasa ni Janus sa mukha ni Mica na naiintindihan nito ang ibig niyang sabihing hindi niya masabi-sabi.

Kinuha ni Mica ang phone niya. May hinanap ito. Pagkatapos, ipinakita ang screen kay Janus. "Ikaw ba 'to?"

Nabigla si Janus sa tanong ni Mica. Number niya, nakita niya ang serye ng mga ipinadala niyang text message nitong nagdaang dalawang araw.

MICA?

GCING KA PA?

gawa mo?

gawa mo?

gud am.

musta.

gud nyt.

Naroon ang mga message niya. Hindi sinagot ni Mica. Natanggap nito. Pero hindi nito sinagot. Pati ang mga miskol niya. Hindi rin binubura. Saka niya napansin na ang pangalang naka-save sa phone ni Mica para sa number niya, AA. *AA?*

"Ikaw pala ito, hindi ako nagre-reply, akala ko kasi kung sino."

"Bakit AA?"

Mukhang inisip ni Mica ang dahilan bago sumagot. "Hindi ko alam. Hindi ko na nga maalalang nag-save ako ng ganiyang number."

"May iba bang gumamit ng phone mo?"

Parang nagtataka na ang mukha ni Mica. "Bakit?"

"Bakit hindi mo alam ang number ko?"

"Ha? Paano ko malalaman?"

"Siyempre, hindi naman ako nagpalit ng number. Iyan pa rin naman ang ginagamit ko."

Lalong kumunot ang noo ni Mica. "Ano'ng sinasabi mo?"

Natigilan si Janus. "Kilala mo ba ako, Mica?"

Mukhang kinakabahan na ang mukha ni Mica. "Huwag mo nga akong binibiro ng ganiyan."

"Hindi nga, kilala mo ba ako?"

"Janus. Janus Sílang," sabi ni Mica. "Bakit ba? Tinatakot mo ako." Nakalabas na noon ang lahat ng iba nilang kaklase para sa kinse minutos na recess.

"Hindi mo na naaalala?"

"Ang alin?"

"Nag-reply ka pa sa akin. Noong Biyernes. Sabi mo, sorry, late reply. Tapos nung nag-text ulit ako sa iyo, hindi ka na nag-reply."

Tiningnan ulit ni Mica ang text messages niya. "Ha? Biyernes. Ano'ng meron nung Biyernes? Tulog na ako noon, heto na ang earliest message mo." Iniabot ulit ni Mica kay Janus ang cellphone nito. "Friday din iyan. Pero Saturday ko na nabasa. Paggising ko. Pero di ako nagre-reply sa text pag di ko kakilala. Di ko na alam bakit sinave ko iyan at bakit AA ang pangalan. Baka napindot ko lang. Joke ba ito, Janus?"

"Wala ka nang ibang naaalala? Kay Harold, sa nangyari kay Harold, may alam ka ba?"

"'Yung sa Makiling? 'Yung namatay?" Mga bundok ang seksiyon nila sa second year. Banahaw sa kanila, Apo ang pilot section. Makiling ang section ni Harold. "Nasa balita naman iyon, hindi ba?"

"Bakit absent ka kahapon?"

"Ano ba ito, Janus?"

"Bakit ka absent?"

"Bakit kailangan kong sabihin sa iyo?"

Hindi na naman alam ni Janus ang sasabihin. "Mica, may nangyayari..."

"Ano nga? Ano bang meron, Janus?"

"Kailan ka huling naglaro ng TALA?"

"Ha?"

"TALA. Kailan ka huling pumunta sa Malakas?"

"Lalabas na ako."

"Bakit ayaw mong sagutin?"

"Natatakot ako sa iyo, Janus. Hindi ko maintindihan ang mga sinasabi mo. Bakit mo binabanggit sa akin 'yang Malakas, 'yung si Harold?"

"Umiiwas ka ba, Mica? May itinatago ka ba?"

Naluluha na si Mica. Binabasa ni Janus ang nasa mga mata nito at totoo ngang wala siyang nakikita roong pag-iwas o pagtatago. Ang naroon, magkahalong takot at pagtataka. Hindi talaga nito alam kung ano'ng nangyayari, kung bakit niya sinasabi ang mga sinasabi niya.

"Hindi ako naglalaro nung TALA. Kahit minsan, hindi pa ako nakapaglaro niyan. Hindi ko alam 'yung sinasabi mong itinatago ko. Kung gusto mong malaman 'yung kahapon, absent ako, itanong mo pa kay Mommy… first time ko…" bahagyang napatigil sa pagsasalita si Mica, tila nangangapa kung itutuloy pa ba niya ang sasabihin. "First time kong mag-mens. Natakot ako, hindi na ako pinapasok ni Mommy kahapon." Namumula na lalo ang mukha nito at puno ng tenga, tila sa kahihiyan sa pagbubunyag sa mga sinabi.

"Sorry, sorry…" iyon na lang ang nasabi ni Janus.

Tumalikod naman si Mica nang tuluyan at saka lumabas ng classroom. Umiiyak. Naiwan naman sa silid si Janus na lalong gulong-gulo ang isip sa naging takbo ng mga pangyayari. Matindi ang kurot ng dilang-karayom ng Manananggal sa puso niya. Ni hindi pinansin ni Mica ang kuwintas na suot niya.

Hindi na lumabas ng classroom si Janus. Pagkatapos ng recess, ni hindi siya tinitingnan ni Mica nang pumasok ito at naupo sa upuan sa harap niya. Pinilit niyang makinig sa mga sinasabi ni Mr. Briones tungkol sa atomic particle pero parang sasabog ang utak niya. Pagdating ni Miss Esguerra para sa Araling Panlipunan, ang naaalala lang niya ay ang tungkol sa awit umano ng mga manlalakbay sa Mongolia dahil sa malamig nilang klima. Pagdating ng lunch break, mag-isang kumain sa canteen si Janus. Sinadya niyang hindi sumama sa mga kaklase niyang lalaking gaya niya'y hindi rin umuuwi sa bahay kapag lunch break. Mula sa kinauupuan niya, nakita niyang nakaupo si Mica sa isang mesa kasama ang mga kaibigan nilang babae. Naroon din si Cel. Nagkukuwentuhan ang mga ito. Mukhang hindi masyadong nagsasalita si Mica. Paminsan-minsan namang nagtatawanan ang iba. Ikinuwento kaya ni Mica sa mga ito ang sinabi niya kanina?

Pagkaubos niya ng lunch, pumasok na siya sa classroom. TLE ang huli nilang klase bago siya umuwi. Bago siya magdesisyon kung magre-rent siya ng computer sa labas, sa kahit saan, huwag lang sa Malakas, para maka-chat si Joey. *Anak ng Angono shit*, naisip ni Janus. Binura niya ang mga naiwang nakasulat sa blackboard, hindi dahil gusto niyang matuwa na naman sa kaniya si Mrs. Garcia. Dahil Martes ngayon, mas mga babae ang tuon nito para sa Home Economics. Commercial Cooking ang paksa nila. Sa Huwebes pa nito umano pagtutuunan ng review ang mga lalaki. Practical naman daw ang exam nila sa susunod na linggo. Marami naman sa mga kailangang gawin sa klase na ito, common sense, naisip ni Janus. Kailangan lang niyang i-memorize ang pangalan ng iba't ibang gamit.

Natapos ang klaseng lumulutang pa rin ang isip ni Janus. At naiinis siya sa sarili niya dahil nangako na siya sa sariling magtutuon na siya sa pag-aaral. Ano ba itong pinagkakaabalahan niya ng pag-iisip? Hindi siya kailangang masangkot. Puwede na siyang magpatuloy sa pagseseryoso sa pag-aaral. Sisikapin niyang mapunta sa pilot section sa third year. Doon man lang, makabawi siya sa pagbibigay niya ng problema sa Papa at Mama niya. Para rin may susundan si Juno sa kaniyang maayos-ayos, hindi iyong puro problema, hindi iyong puro kalokohan.

Pagkatapos ng klase, mabilis na tumayo si Mica. Hindi na niya ito sinubukang sundan. Alam niyang umiiwas ito sa kaniya. Nagdesisyon siyang mag-rent ng Internet sa Rainbow Network. Hindi pa siya nakakapasok dito. Kung buhay pa si Harold, hindi siya mapatatawad nito sa pagpasok sa Rainbow. Hindi naman pala totoong puro babae ang nagko-computer dito. O baka lumipat na rito ang mga dating suki ng Malakas? Punô na umano kaya nagpalista na lang siya para sa pila. Maaga pa. 3:30 pa lang. At kung totoong importante ito, alam niyang maghihintay si Joey. O kung hindi man siya nito mahintay, tiyak na mag-iiwan ito ng mahaba-habang mensaheng mas magpapaliwanag ng mga nangyari.

Habang naghihintay sa labas ng Rainbow, bumili siya ng scramble. Tinitingnan niya ang inbox niya. Ang mga dating text sa kaniya ni Mica. Kulang na lang, maging sila na. Noon. Nag-kiss na nga sila. Ano'ng nangyari? *Ipakita ko kaya ang mga message na ito sa kaniya?* Tama, naisip niya. *Kapag naman siguro ipinakita ko ito sa kaniya, hayan, number mo mismo ang mga iyan, iyan ang mga text mo noon, hindi mo ba naaalala?*

'Yung isang palitan nila ng text: "malakas kau?" tanong nito sa kaniya. "Pnta plng." "ksma mo c harold?" "yup. sunod ka?" "uwi na ko e." "ganun." "nxt tym." "miss u." "miss u agad? mgkasma lng tau knina. haha." "haha oo nga no. luv u." ":*" ":*"

Kulang na lang, maging sila. Na idineklara nilang *tayo na.*

"Hindi na naman ako mukhang totoy," naaalala ni Janus na sabi niya kay Mica noon. Noong Pebrero, sa field trip nila sa

Makiling. "Trese na ako. Birthday ko ngayon, batiin mo naman ako," sabi ni Janus.

"Ows?" Hindi naniwala agad si Mica. Pero si Janus pa ang nagulat sa iniregalo nitong kiss. Ayaw nga sana siyang pasamahin ng Mama niya noon. Masama raw sa magbebertdey na kung saan-saan pumupunta. Pero napapapayag din ni Janus si Aling Josie, dahil din sa birthday nga niya. Field trip ang hiniling niya. Sanay siyang pinagbibigyan ng mga magulang ang birthday wish niya. Buti na lang. Kung hindi, wala sana siyang smack na laging iniisip-isip pagkatapos noon.

Ngayon, parang hindi na alam ni Mica ang lahat ng ito. Imposible namang amnesia. Sa soap opera lang naman nangyayari 'yun. Isa pa, nakikilala naman siya ni Mica. Alam nito ang mga ginagawa't sinasabi. Pero bakit hindi na nito alam ang mga bagay na may kinalaman sa naging ugnayan nila? *Na parang basta kilala lang niya ako.* Karaniwang kaklase. Nakaupo sa upuan sa likod niya. Janus Sílang ang pangalan. Bukod doon, wala na. Ni hindi alam ang cell number.

Mas malamang na umiiwas ito. Maraming dahilan para umiwas ito. Alam nitong naroon si Janus sa Malakas nung mangyari ang insidente. Bukod doon, noon pa niya nararamdamang may hindi ito masabi sa kaniya. Nabanggit na ni Harold sa kaniya noon, "Chinese kasi 'yan, 'tol, mahirap." May-ari ang pamilya nina Mica ng pinakamalaking hardware sa Balanga. Kinalakihan na ni Janus na kapag mayroong mga ipinapagawang bahay, o mayroong ipaaayos lang, ang sinasabi ng mga tao sa bayan nila, *"Bilhin mo nga ito sa Ong."*

"Magkano ba sa Ong ang sako ng semento ngayon?" *"Mura sa Ong ang playwud, doon kayo kumuha."* Nung makaklase niya si Mica noong first year, napansin na agad niya ito, tsinita, mas matangkad kaysa karaniwang dose anyos. Pilot section daw dapat ito nung first year, kung hindi lang nagkaproblema sa Filipino. Mabababa raw kasi ang grade sa Filipino. Sa Chinese school daw kasi ito nag-aral, sa Chuang Hua. Lumipat lang ng Catholic school nitong mag-high school para mas masanay sa Filipino at Ingles. Para hindi na raw magkaroon ng problema sa Filipino sa kolehiyo.

Baka iyon. Baka iniiwasan siya nito. Baka ayaw na lang siyang lapitan pa dahil pinagsabihan na ng magulang. Tapos, idinadahilan na lang e kunwari'y hindi alam ang mga sinasabi niya. *Pero totoong-totoong nagtataka ito.* Sa mga mata nito kanina, totoong takot at pagtataka ang nabasa roon ni Janus. Alinman sa magaling lang talaga itong umarte o hindi lang talaga marunong magbasa si Janus ng mga ikinikilos nito. Nagdesisyon siyang ipakita ang text messages kay Mica kinabukasan. Bahala na kung ano'ng sabihin o isipin nito. Kapag hindi pa rin talaga nito alam, o kung umarte man itong hindi pa rin alam ang mga sinasabi niya, iisipin na lang niyang pinagsabihan itong lumayo sa mga kaklaseng walang dugong Chinese. Pero gusto niyang makita muna ang reaksiyon nito kapag ipinakita niya ang nai-save niyang palitan nila ng text messages.

Pasado alas-kuwatro na nang tawagin ang number ni Janus. Naupo siya sa computer number 9. Binuksan niya ang Chrome. Pumunta sa Facebook at nag-log in. Hindi online sa chat si Joey.

Walang Anak ng Angono. Pero may message ito sa kaniya. "San kn?" Kaninang 3:57 PM. 4:16 na ngayon. Nag-offline lang ba ito?

Nag-reply si Janus. "d2 nko. anu sasabhin mo."

Maya-maya lang, nag-reply na rin si Joey. Nananatili itong offline pero nagpapadala ng mensahe sa kaniya. "kelangan tau mgkta. mhrap online. puntahan kta balanga."

"teka lang. mahirap dto." Walang maisip si Janus kung saan sila magkikita sa Balanga na walang makapapansin. Isa pa, natatakot siyang siya ang puntahan ng kung sino mang Joey na ito sa lugar niya. Malalaman nito ang teritoryo niya. Mas liliit ang ginagalawan niya.

"san? punta ka rito?"

"san yan?"

"angono. rizal."

"layo."

"ako na nga punta riyan."

"kita tau sa ibang lugar." Para hindi rin naman niya kailangang pasukin ang teritoryo nito. Hindi rin niya alam kung paano pumuntang Angono mula Balanga. Mukhang mas madali kung Maynila mismo. Isang sakay lang ng bus. Tatlong oras na biyahe. Makakapag-uwian siyang parang sa bayan lang ng Balanga siya naglibot-libot maghapon. At kung magkikita sila, dapat e sa maraming tao. 'Yung makakasigaw siya at makakahingi ng tulong kapag nagkaroon ng aberya. "megamall."

"sge. kelan?"

May klase siya hanggang Biyernes. "sabado." Mukhang malabo na ang pagsasabay nilang magsimba ni Mica. "o sunday?"

"sige, sabado. number mo?"

Nag-alangan si Janus na ibigay ang number niya pero naisip niyang narito na ito. Mas mahirap na wala silang kontak sa isa't isa kapag nagkaroon ng aberya sa pagkikita nila. Ibinigay niya ang number niya at ibinigay ni Joey ang number nito sa kaniya. Isinave niya agad sa cellphone niya.

"di mo ba mapapaliwanag d2? kaht konti bago mag-sat?"

"mahirap nga. sa sabado. para malinaw lahat. basta layuan mo muna ang tala."

Ang dilang-karayom ng Mananang̃gal. "may kinalaman nga ang tala?"

"wag ka muna laro. sa sabado tau usap."

"pwede kta tawagan?"

"sa sabado na. mas mahirap na may mkaalam nito. delete mo agad conversations ntin. text ka pag nasa mega ka na."

"alas-12 sa sat."

"ok."

"ok."

Pero siyempre, walang okey. Hindi okey ang lahat.

RENZO

Kailangan niyang makaipon. Nag-search siya sa Internet matapos maka-chat si Joey. 163 pesos na ang pamasahe sa bus papuntang Maynila. 326 ang balikan. Bus pa lang iyon. Siyempre, kakain siya (na puwede niyang hindi gawin, kung walang-wala), pero kailangang may ekstrang pera siya siyempre para sa hindi inaasahang gastos o aberya. Hindi pa siya nakaluluwas ng Maynila nang mag-isa. Ang mga punta niya sa Maynila, kapag field trip, o kapag isinasama siya ng Mama niya sa Divisoria para mamili ng tela o iba pang gamit sa pananahi. Siya ang tagabitbit. Pero noong first year, dalawang beses na rin silang lumuwas magkakatropa nina Harold para mag-Megamall. Noong una, dumayo sila roon ng panonood ng tournament at exhibition ng DOTA, noong hindi pa siya nahuhumaling sa TALA. 'Yung ikalawa, gumala lang sila dahil walang klase sa school. Division Meet at dahil covered courts at soccer field ng St. Michael's ang ilan sa venues, walang regular na klase. Nagdadagsaan ang mga estudyante mula sa iba't ibang school papunta sa kanila. Nung unang dalawang araw, okey pa. Sightseeing, peoplewatching. Pero nakakasawa na nung ikatlong araw. Kaya nagkayayaan silang mamasyal. Sa malayo. At ang malayo para sa kanila, siyempre, e Maynila. Na hindi naman totoong malayong-malayo dahil halos tatlong oras lang ang biyahe sa bus. Gusto sana nilang mag-Mall of Asia o Trinoma, pero dahil dumadaan sa EDSA sa tapat ng Megamall ang bus at puwedeng doon mismo bumaba malapit dito kaya sa Megamall na lang. Kapag naman uuwi sa Balanga, tatawid lang sa kabila ng EDSA at mag-aabang ng mga biyaheng Lucena na dadaan sa Balanga.

May pera pa naman siya, mga naipon sa mga pananalo sa pustahan dati, pero nasa 250 pa lang. May tatlong araw na lang siya para makaipon ng kahit 250 pa ulit. Mukhang imposible. Kahit maglakad siya papasok at hindi kumain, hindi pa rin aabot ang otsenta pesos na baon niya bawat araw.

Kinagabihan ng Martes, tinext na rin niya agad si Joey. Sinabi niyang baka kulangin ang pera niya. Na hindi siya siyempre puwedeng manghingi ng pera sa mga magulang niya. Hindi rin niya siyempre sasabihin sa mga itong luluwas siya. Tinanong siya nito kung magkano ang pera niya. Kung kakasya ba kahit sa pamasahe lang paluwas. Kung kakasya, bibigyan na lang umano siya nito ng pamasahe pauwi. Okey iyon para kay Janus. Pero paano kung hindi sila magkita ni Joey sa Megamall? Paano kung niloloko lang siya nito at sumakay naman siya nang sumakay sa mga sinasabi nito? Sinabi niya iyon kay Joey, na baka niloloko lang siya nito. Hindi siya makakauwi kapag hindi sila nagkita. Paano siya magtitiwala rito e hindi pa naman talaga niya kilala.

Ang mahabang reply ni Joey: "d ko lam tol. alam ko lng, alam mo cnasbi ko. alam mo 22o nngyri. nasa iyo. gus2 ko maka2long. pare-pareho tau. pero may mga alam pa ko. dpat mo mlaman. trust me. tgal n kta gus2 mkausap."

Ano'ng magagawa ni Janus? Kapag pinalampas niya ito, kapag basta na lang niya hindi pinansin si Joey, iisipin din niya ito nang iisipin. Baka nga si Joey na at ang mga sagot nito sa mga tanong niya ang makapagtatanggal sa dilang-karayom na nasa ubod ng puso niya. "cge, txt kta tom." Iyon na lang ang masasabi niya, kahit sigurado siyang may pamasahe man pabalik o wala, pupunta siya sa Sabado sa Megamall, magkikita sila ni Joey. Hindi siya uuwi hangga't hindi nito nasasagot ang maraming bagay tungkol sa mga nangyari.

Sa school kinabukasan, dahil Miyerkoles at dalawang oras ang Independent Learning nila pagkatapos ng flag ceremony, na ginagamit ng marami sa mga estudyante para sa paggawa ng mga assignment—o pangongopya sa assignment ng iba, kaya sinamantala iyon ni Janus para malapitan si Mica.

Pagkarating pa lang sa school, naramdaman na ni Janus na iniiwasan siya nito. Kahit sina Cel, pakiramdam niya'y umiiwas sa kaniya. Hindi niya alam kung may sinabi si Mica sa mga ito o kung nahahalata lang ba ng mga ito na di na sila tulad ng dati ni Mica kaya kusa na lang umiiwas din ang mga ito. Pagkapasok nila sa classroom, nang makita ni Janus na umupo lang si Mica sa upuan nito, umupo rin siya sa upuan niya sa likod nito.

"Mica," mahinang-mahinang bulong ni Janus pagkaupo.

Hindi siya pinansin nito. Kinuha nito sa bag ang textbook nila sa English at nagbuklat-buklat ng mga pahina.

"Mica," nilakasan nang kaunti ni Janus ang boses. "Sorry, Mica."

Nilingon siya nito. "Okey na 'yun. Sorry din." At tumalikod na ulit ito sa kaniya.

"Mica, may ipakikita sana ako sa iyo, Mica." Nilingon ulit siya nito. Parang sinasabi ng mga tingin nito, *ano na naman ito, Janus? Huwag ka nang magloloko ulit, Janus. Nakapag-sorry ka na. Okey na iyon. Tapos na. Huwag mo nang ulitin.* "Mica, heto o," sabay abot sa cellphone niya. Nakabukas na roon ang conversations nila.

Nag-aalangan pero kinuha ni Mica ang phone sa kaniya. Tumalikod muli ito kay Janus at saka binasa ang nasa phone. Naroon mula sa simula. Mula noong unang kinuha ni Janus ang number ni Mica noong nasa first year pa lang sila. Hindi pa alam ni Janus na si Mica e anak ng may-ari ng Ong Trading. Wala pang isang minutong binabasa ni Mica ang nasa phone, at imposibleng naisa-isa nito ang lahat ng messages nila roon, nang ibinalik na nito ang cellphone kay Janus. "Paano mo nagawa 'yan?" Mahinahon ang boses nito, mas nagtataka kaysa nanghuhusga.

"Ano'ng paano nagawa?"

"Number ko nga 'yan, pero sino'ng nag-send ng mga 'yan?"

"Mica, tingin mo, inimbento ko 'yan?"

Hindi na nagsalita si Mica.

"Mica."

Humarap ito sa kaniya. "Janus, naguguluhan ako. Hindi ko na alam kung ano'ng nangyayari. Please, huwag na nating pag-usapan ito."

"Mica…"

"Please naman, Janus."

"Mica, hindi mo ba gustong malaman kung bakit nagkaganito. Kung ano'ng nangyari?"

"Janus…"

Biglang parang naluluha si Janus. Ayaw niyang makita ni Mica na naluluha siya. Bakit ba naluluha siya? *Tang ina.* Halo-halo na naman ang emosyong sinusundot ng dilang-karayom ng Manananggal sa pinakasentro ng puso niya.

"Nahihirapan din ako, Mica e." Hinawakan niya ang pendant na USB. "Ito, naaalala mo ba?" At 'yun na, nalaglag na naman 'yung luha sa kanang mata niya. *Tang ina talaga.* Awtomatiko 'yung pagpunas ng kanang kamao niya sa kanang pisngi niya kasabay ng pagtayo niya. "Sorry, pasensiya ka na."

"Janus…"

"Hindi, okey na, sorry, Mica…" Hindi na siya tumingin sa kaklase nang sinabi niya ang mga ito.

Lumabas siya ng classroom, ayaw na niyang isipin kung hinahabol ba siya ng tingin ni Mica o ano. Goodbye, EK. Goodbye, kiss. *Tang ina.* Kiss pa talaga ang naiisip niya ngayong mga oras na ito? Mabuti nga 'yon, puwede na siyang magtuon ng pansin sa nangyari sa Malakas. Si Mica lang dapat ang may alam na naroon siya noong Biyernes ng gabi, bukod kay Boss Serj. Ngayon, parang sinasadyang iniiwasan siya pareho ng mga ito. Tapos, heto si Joey, handang bigyang-linaw ang lahat. Hindi na niya puwedeng palampasin ang pagkakataong ito. Kahit kulang ang pera niya. Kahit maglakad siya pauwi mula sa Maynila. Bahala na.

Ang Quarterly Tests sa paparating na linggo ang idinahilan ni Janus sa Mama niya kung bakit kinakailangan niyang umalis ng bahay kahit Sabado. Magre-review sila ng mga kaklase niya. Mabuti't hindi na nagtanong ang Mama niya kung kaninong bahay sila pupunta. Basta't sinabi nito na huwag siyang mag-o-overnight sa bahay ng iba. Na uuwi siya.

Tango lang nang tango si Janus. Sa balita sa TV nitong mga nagdaang gabi, palaging may follow up sa kaso ng mga kabataang namatay. Noong Huwebes, iniulat na may isa pang kaso sa Cebu, at pangalawang kaso na raw ito, hindi lang naiulat sa national TV ang nauna pero nabalita sa mga lokal na pahayagan at channels. Nauna pa nga raw sa kaso ng nangyari sa Balanga 'yung unang kaso, noon pang Hunyo. Pagkatapos, naulit nito ngang Miyerkoles ng gabi. Ibinalita rin ang panghihina ng ilang Internet at computer shops. Kung meron mang nagrerenta, karamihan ay para mag-Internet lang. Pero hindi umano roon kumikita ang shops, kundi sa mga larong tulad ng TALA. Iyon daw kasing mga nag-i-Internet e paisa-isa, padala-dalawang oras lang. 'Yung mga nag-o-online games, tumatagal nang apat hanggang walong oras, at laging grupo-grupo pa. Umaabot pa nang magdamagan. Kaya sabi nila, sana'y maayos na nga agad ang problemang ito, mabigyan na ng linaw ang nangyari at nang makabalik sa normal ang hanapbuhay nila.

Wala pa rin umanong tugon mula sa mga creator ng TALA. May iba namang mga kinapanayam na eksperto sa video games at online gaming. Halos nagkakaisa ang lahat sa pagsasabing halos imposibleng may kinalaman ang laro sa nangyari sa mga bata. Kataas-taasan, matuto ng aggression ang mga bata, ma-internalize ang ilang karakter sa mga nilalaro nila, maging bayolente. Pero 'yung sabay-sabay na mamamatay ang mga bata dahil sa paglalaro ng isang online game? Malabo umano. Wala rin silang paliwanag na maibigay kung bakit pare-pareho ang kondisyon ng mga batang biktima, kung bakit nangyari ang mga insidente sa lahat ng naglalaro ng TALA. Pero lalo umanong wala silang maibibigay na paliwanag kung paano maaaring gawin iyon ng isang laro. Dumating na rin umano ang ilang eksperto sa human combustion at pyrology mula sa US at Japan upang tingnan ang kaso ng mga bangkay na napreserba pa. Kung ano ang dahilan ng pagkatupok ng laman ng mga ito samantalang bitak-bitak ang balat sa labas. Ilalabas daw ang resulta ng pagsusuri pagkatapos ng mga konsultasyon sa iba pang eksperto. Sa ngayon, hinihikayat ang publiko na huwag mag-panic, at huwag magbuo ng kahit na anong haka-haka nang walang batayan. Bagaman mas mainam pa rin umanong iwasan hangga't maaari ang mga lugar at kondisyong katulad ng mga napabalitang kaso.

Pagdating ng Sabado, binigyan pa si Janus ng 100 ng Mama niya. Mabuti na lang, naisip ni Janus. Pandagdag din. May 400 pesos na siya, hindi man sumipot si Joey, makakauwi siyang mag-isa. Sinilip niya si Juno. Tulog pa ito sa kuwarto ng mga magulang niya. Hinalikan niya sa pisngi ang kapatid. Nagmulat ito ng singkit na singkit nitong mga mata. Nginitian siya bago pumikit ulit. Hinalikan niya ulit ito sa pisngi.

Nagtraysikel si Janus papunta sa Maharlika Highway na dinaraanan ng bus mulang Lucena at Bikol na biyaheng Cubao o Pasay. Mahirap kung sa bayan. Baka may makakita sa kaniyang pasakay ng bus papuntang Maynila. Wala na rin sa bahay ang Papa nila pag-alis niya nang bandang alas-otso. Baka ito pa mismo ang makakita sa kaniya. Hindi niya kailangan ng dagdag na problema ngayong mga panahong ito. Dinala niya ang back pack niya at ilang libro para hindi makahalata ang Mama niya kung aalis siya nang walang bitbit na kahit ano. Sa kauna-unahang pagkakataon, niyakap niya ang Mama niya bago siya umalis. Ngayon lang niya naisip na mas matangkad na siya rito. Na hindi na nga pala niya tinitingala ang Mama niya tulad noong bata siya. Alam niyang nagulat ang Mama niya, pero hindi ito nagpahalata at sinabihan lang siyang mag-iingat at uuwi agad pagkatapos ng review. Niyakap niya ulit ang Mama niya bago siya tuluyang umalis.

Bumaba siya sa may 7-11 sa kanto ng highway papasok sa bayan. Nakatambay lang siya sa labas na parang may ibang hinihintay. Kahit mas malamang na bus ang hinihintay ng mga narito, naisip ni Janus na mas hindi ito dadaanan ng Papa niya papunta sa kung anumang pagseserbisan nito. Mas malamang na sa bayan iyon dadaan dahil mas iyon ang daanan papunta sa iba't ibang village, sa iba't ibang barangay ng Balanga.

Wala pang sampung minutong nakakababa sa traysikel, may dumaan nang bus na biyaheng Cubao. Maluwag. Mas maraming pauwi mula sa Maynila ngayon kaysa paluwas dahil nga Sabado. Pag-akyat niya sa bus, pinili niyang maupo sa dalawahan sa bandang likod. Iyong wala pang nakaupo para mag-isa lang siya. Umupo siya sa tabi ng bintana, tanaw ang nasa kanang gilid ng kalsada. May iba pang sumakay sa bus at pinili ring maupo ng mga ito sa mga upuang walang katabi. Pahinto-hinto ang bus sa bayan-bayan. Unti-unti nang napupuno ang mga upuan sa unahan. Pagdating sa bayan ng Sto. Tomas, may naupo na rin sa tabi ni Janus. Napatingin siya. Binatang mukhang estudyante sa college o bagong graduate. Naka-backpack din at may bitbit na diyaryong mukhang kabibili lang. Tumango lang sa kaniya bago naupo sa tabi niya. Kinandong nito ang back pack bago binuklat-buklat ang dalang diyaryo.

Nagbalik naman ng tingin si Janus sa dinadaanan nila. Mga bahay sa gilid ng highway. Kadalasan, sementado pero walang pintura. 'Yung ilang may pintura, matitingkad ang kulay. Dilaw na dilaw. May orange. May matingkad na pula. Marami ring mga nakatambay lang sa labas ng bahay. Walang pinipiling edad. Matatandang mukhang naghuhuntahan. Mga nanay na kalong ang mga anak. Mga teenager na lalaki. Nakaramdam ng inggit si Janus. *Normal pa rin sa kanila ang lahat.* Heto na naman ang dilang-karayom ng Manananggal sa puso niya. *Puwede akong umuwi,* naisip niya. *Puwede akong bumalik, hindi na makipagkita kay Joey, i-block ang Facebook account niya at habambuhay na magpanggap na hindi nangyari ang nangyari.* Magpanggap na wala siya roon. Wala siya sa Malakas. Panindigan ang kuwento niya. Pero puwede nga ba?

"Janus…"

Napatingin si Janus sa katabi niya. Nakatingin ito sa kaniya. Hindi na nito binabasa ang dalang diyaryo. Kilala ba niya ito?

"Huwag kang matakot."

Siyempre, lalo siyang natakot.

"Ako si Renzo, brad. Kakilala ko si M-… Joey. Pasensiya ka na, huwag kang matakot, gusto niyang masiguradong darating ka. Sabi n'ya kasi, may problema ka rin daw sa pera. Sa Balanga pa ako, kasunod mo. Tinabihan lang kita pagdating sa Sto. Tomas."

"Alam n'yo kung tagasaan ako?"

Tumango lang si Renzo.

"Bakit hindi na lang niya ako pinuntahan?" Saka naalala ni Janus na siya rin ang nagbawal dito. Siya rin ang may gustong magkita sila sa malayo, sa ibang lugar. Sa tákot na kapag nalaman nito kung tagasaan talaga siya, mapasok nito ang buhay niya. Hindi niya talaga kilala si Joey. Anak ng Angono. *Anak ng…* Tapos, heto pala't buong linggo na siyang minamanmanan, sinusundan.

"Delikado rin, at hindi niya alam kung ano'ng iniisip mo," sabi ni Renzo.

"Ano ba'ng meron? Ano ba ang sasabihin niya?" Hininaan ni Janus ang boses sa pagsasalita. Bigla niyang naisip na kung narito ngayon itong Renzo, hindi niya alam kung sino pa ang posibleng nasa paligid. Kung sino pa ang posibleng sumusunod na kaniya.

"Ang totoo, hindi ko rin alam lahat. Siya na ang magpapaliwanag sa iyo."

"Pero ano'ng alam mo? Bakit narito ka? Ano'ng kinalaman mo rito?"

"Baka hindi ka maniwala."

"Katulad ka rin namin ni Joey? Nakaligtas ka rin?"

"Hindi, hindi," pakiramdam ni Janus ay may sinasadyang iwasang sabihin sa kaniya si Renzo. "Kapag ikinuwento ko, baka di ka maniwala…pero nangyari."

Sa isip ni Janus, ano pa ba ang hindi niya paniniwalaan pagkatapos ng mga nangyari? Kay Harold. Kay Mica. Kaya nga naroon pa rin ang dilang-karayom ng Manananggal sa puso niya. Nagpapaalala ng sakít.

"Naniniwala ka ba sa tiyanak?"

"Tiyanak?"

"Oo, tiyanak. 'Yung mga nilalang na nagpapanggap na bata, o sanggol, tapos e nagiging halimaw pala pagkatapos kang iligaw. Pagkatapos kang paglaruan. Saka ka sasaktan. O papatayin."

Ang Tiyanak sa simula ng TALA. Lilituhin ka, lilinlangin, ililigaw. Hanggang sa mahulog ka sa patibong nito bago pa man malampasan ang Level 1. Isang maling pasya ng Anito dahil sa pagpapanggap ng Tiyanak bilang Gabay papunta sa kasunod na level. Tulad ng nangyari sa isang kasabay nila ni Harold sa qualifying game sa Malakas.

Noong isang linggo lang iyon, naisip ni Janus. Pero parang isang malayong nakaraan na. Naaalala pa niya ang tawanan nila't panloloko sa kasama nilang iyon, kahit hindi nila ka-close. Ngayon, pagkatapos ng mga nangyari, ang laking pasasalamat siguro nitong hindi siya nakapasok sa finals. Ang laking pasasalamat siguro ng lahat ng mahigit dalawang daang iba pang kabataang nagparehistro para sa apat na gabi ng qualifying at hindi nakapasok sa anim na nagharap-harap noong isang Biyernes lang para sa finals. Bukod kay Mica, sino pa kaya sa mga iyon ang nakakaalalang kasama siya sa anim na iyon? O ang nagtataka kung bakit lima lang ang napabalitang namatay sa Malakas? Bakit walang nagsasalita sa kanila?

Hindi na rin nga pala alam ni Mica. O hindi na nito gustong ipaalam sa kaniyang alam nito. Ayaw lang bang masangkot pa ni Mica? Pinagbawalan ba ito ng mga magulang nito? Dahil *doon,* dahil nalaman ng mga magulang nitong naglalaro rin ito sa Malakas—at hindi naman talaga dahil sa kaniya, walang kinalamang nakikipagmabutihan ito sa hindi na nga nagmula sa may pangalang pamilya, e hindi pa Tsinoy. May ibang sundot ang dilang-karayom ng Mananaggal sa puso ni Janus nang maisip iyon. O baka ayaw na lang pabigatin ni Mica ang loob niya, para mabawasan ang problema niya sa pamamagitan ng pagkukunwaring wala itong alam, na hindi nito alam na may alam siya sa nangyari kina Harold.

Pero hindi e. Hindi matanggap ni Janus ang katwirang iyon. *Mas kailangan ko siya ngayon. Mas kailangan namin ngayon ang isa't isa. Ngayon kami dapat nag-uusap at nagdadamayan.* Hindi ngayon ang panahon para sa mga ganoong palabas.

"Ano, brad, naniniwala ka ba sa tiyanak? Alam mo ba kung ano ang tiyanak?"

Tumango si Janus. Ang bunsong anak ni Jacinta sa nobelang komiks ni Miguel Santamaria na nasa koleksiyon ng Mama niya. Ang tiyanak na pumatay sa dalawang nakatatandang anak ni Jacinta. Kaya nang matuklasan ng ina, na tiyanak pala ang bunso niyang anak, na matagal na palang patay ang totoo niyang bunso at sanggol pa lang ay pinalitan na ito ng tiyanak, binalak niya itong lunurin sa balon sa likod-bahay nila. Pero bago pa man niya nagawa iyon, may lumitaw na isa pang tiyanak malapit sa balon. Doon natigil ang pagbabasa niya. Kung hindi dahil sa mga nangyari, malamang na noon pa niya sinunod-sunod ang pagbabasa rito. *Tatlong Tiyanak.* May dalawa na. Sino ang ikatlo? Nasaan ang ikatlo?

"Madalas ikuwento noong bata ako, iniligaw raw ako ng tiyanak," sabi ni Renzo.

"Tagasaan ka?" Kahit matanda sa kaniya nang tingin niya'y halos sampung taon si Renzo, hindi naramdaman ni Janus na kailangan niyang mangupo rito. Dahil siguro sa asta nitong parang magkabarkada lang sila.

"Zambales. Palauig. Pero matagal na akong di nakakauwi roon. Mula nung mamatay sina Nanay. Aksidente, pero saka na natin pag-usapan iyon. Sa Marikina na ako ngayon. Sa tiyahin ko. Asawa ng pinsan ni Nanay. Pero noon, noong bata ako, madalas pagkuwentuhan kapag nagkakaumpukan 'yung magkakamag-anak, kapag may lamay o okasyon, ganiyan, na noong bata raw ako, iniligaw raw ako ng tiyanak. Basta, ang tagal, mula hapon daw, hinanap nila ako nang hinanap, paikot-ikot na sila sa buong baryo namin sa Palauig. Wala, hindi nila ako makita. Pinagtanungan na nila lahat ng kapitbahay, mga kamag-anak, mga kalaro ko. Wala. Iyak nang iyak na nga raw si Nanay noon. Ang iniisip nila, baka raw nalunod ako sa dagat. Marunong na naman daw akong maglangoy noon, mga lima o anim na taon pa lang ako. Bihira ang hindi marunong maglangoy sa amin, malapit nga kasi sa dagat. Pero totoo ring kahit 'yung magagaling talagang maglangoy, kahit 'yung mga ilang taon nang nangingisda, namamalakaya, minsan naaaksidente, o kung ano'ng nangyari sa laot, hindi na nakakauwi, bangka na lang nila ang nakikita."

"Ano pala'ng nangyari sa iyo?"

"'Yun nga. Buong hapon, gabi, hinanap nila ako. Hindi raw sila makatulog, siyempre. Nag-iisa akong anak, brad. Matagal din bago ako nabuo. Matanda na si Nanay nung ipinanganak ako. Sabi nga sa amin, himala na rin daw iyon na nabuntis pa si Nanay bago mag-menopause. Kaya iyon, natural na hindi siya talaga natulog, magdamag. Nag-aabang. Sa akin. Sa ibang tao, na may kahit na anong balita tungkol sa akin. Si Tatay nga raw, pilit nang pilit kay Nanay na magpahinga na, na sisikat na ang araw, na mas mahirap maghanap kinaumagahan kapag puyat sila. Wala na naman daw mangyayari dahil tulog na halos lahat ng kapitbahay. Tapos, pumasok na raw si Tatay. Si

Nanay, naiwan sa labas, sa upuang kahoy na nasa may bakuran namin. Nakasandal sa puno ng star apple. Naaalala ko pa ang star apple na iyong madalas naming akyatin noon. Madalas din, nahuhulog lang 'yung mga bunga sa lupa kasi di namin nakakain lahat kahit ipamigay pa sa mga kapitbahay. Basta, naghintay raw dun si Nanay. Umaasa talaga siyang lilitaw na lang daw ako roon, na sumuot lang ako sa kung saan. Tapos, alam mo ba, bago raw sumikat ang araw, dumating nga raw ako roon. Inihatid daw ako ng isang maliit na matanda. Iyak daw nang iyak si Nanay. Pasalamat nang pasalamat sa matanda. Ang sabi lang ng matanda, huwag daw akong hahayaang makipaglaro basta-basta, kung kani-kanino. Babalikan daw ako ng tiyanak. Tiyanak daw iyon. Kung hindi raw niya kami nasundan, nadala na raw ako ng tiyanak sa tuktok ng Tapulao. Bundok iyon, sa amin, 'yung Tapulao, ilang kilometro rin ang layo sa baryo namin, pero tanaw namin. Ngayon, marami nang pumupunta roong turista, mga mountaineer, pero noon, halos hindi inaakyat iyon. Natatakot ang mga tao. Kung nadalá raw ako sa tuktok ng Tapulao, hindi na ako makakabalik, sabi pa raw ng matanda."

Ibang kilabot ang gumapang sa batok ni Janus. Pamilyar ang kuwentong ito. Narinig na niya ang kuwentong ito. "Sino iyong matanda?" At naisip ni Janus ang nunong nagligtas diumano sa Papa niya noon. Sa Infanta. Malapit din sa dagat. Na kung hindi dahil sa nunong iyon, malamang na sumama na ang Papa niya sa inakala nitong lolo nito na sakay ng bangka at papunta noon sa laot.

"Iyon nga, brad, kahit madalas itong pagkuwentuhan noon, noong lumalaki pa lang ako sa Palauig, hindi pa namamatay sina Nanay n'on, wala akong maalala. Natatawa ako sa kuwento nila, minsan e napapaisip din ako, pero kahit iuntog ko ang ulo ko sa pader, wala akong maisip, hindi ko maisip na nangyari iyon. Wala, wala akong kahit na anong alaala. Minsan nga, naiisip ko, baka pinagkakatuwaan lang nila ako. Baka inimbento lang nina Nanay iyon para hindi ako labas nang labas, hindi ako kung saan-saan nagsususuot. Pero halos lahat nung matatanda sa amin, naaalala iyon e. Nung nawala ako. Nung gabing akala nila e nalunod na ako sa dagat. Pero 'yung kuwento tungkol sa matandang naghatid sa akin pauwi, si Nanay lang ang may alam. Si Nanay lang ang nakakita sa matanda. Nagising na lang daw si Tatay dahil sa tawag ni Nanay. Pero nung bumangon siya, wala na raw 'yung matanda."

"So hindi ka naniniwala?" Naisip ni Janus kung ganoon din ba ang naramdaman ng Papa niya noon. Sa tuwing pinagkukuwentuhan iyon kapag dumadalaw sila sa Infanta noon. Wala rin itong naaalala.

"Noon, oo," sabi ni Renzo. "Ang hirap e, di ba, wala akong maalala. At tiyanak, sino bang maniniwala roon? Kaso brad, three years ago, ako mismo, nakakita ako ng tiyanak. Nakita ko ang tiyanak."

KABANATA·VII
ALAMAT

Nasa kalagitnaan na sila ng SLEX. Puno na ang bus. May ilang nakatayo na sa bandang unahan. Makulimlim sa labas. Simula nang pumasok ang Agosto, ganito na lagi ang panahon. Halos hindi nagpapakita ang araw sa umaga. Kung hindi umuulan, laging may nagbabantang pagdating ng ulan. Ang Diwata ng Pitong Lawa sa Level 7 ng TALA. Pagkatapos matalo ang Dambuhalang Sarangay sa Level 6, papasok ang BAT sa Daigdig ng mga Anyong-Tubig. Magsisimulang umambon, lalakas ito hanggang sa halos maging bagyo ang pagwasiwas ng hangin sa patak ng ulan. Tumatakbo ang Bayaning Púsong ni Janus, si juno-s06. Nakasunod ang Anitong Nuno nito. Sa ibang pagkakataon, nauuna ang Nuno sa Bayani. Depende sa kailangang suungin.

Komplikado ang TALA dahil kailangan mong bantayan ang galaw ng dalawa. Kailangan mong mag-isip na parang dalawang utak ang pinagagana mo. Sa dulo ng pagtakbo, bubungad ang isang anyong-tubig. Parang dagat sa lawak, hindi kíta ang dulo sa abot-tanaw. Pero kapag tiningnan ang mapang nasasaklaw ng anyong-tubig, makikita mong hindi ito ganoon kalawak.

Na una pa lang ito sa pitong lawang kailangang sisirin. Magkakakakonekta ang pitong lawa sa ilalim, kaya maaari kang tumalon at sumisid sa isang lawa at umahon sa ikalawa. Kapag tiningnan mo mula sa itaas, parang pitong bunganga ng isang dambuhalang bulkan ang pitong lawa. Na ang buong lupaing niyayanig ng walang pangalang bagyo sa Level 7 ay isang malawak na bulkan. Sa dulo ng Level 7, saka lilitaw na pinaiikot ang lahat ng Diwata ng Pitong Lawa. At hindi nila inaasahan ang anyo ng diwatang ito. Na sa kabila ng anim na level na nalampasan, na puno rin ng kani-kaniyang sorpresa't panggulat, nagawa pa rin silang gulatin ng Diwata. Ang panggulat na iyon sa anyo ng Diwata ang dahilan kung bakit hirap na hirap ang marami na makarating sa Level 8. Sang-ayon nga sa TALArchives.Net, wala pa silang 100 sa buong mundo. Buong mundo! Noon, nagkakahinala na silang mukhang walang Level 9, kaya mukhang imposibleng malampasan ang Level 8. Na ginawang imposibleng malampasan ang Level 8 para manatiling nahuhumaling ang mga manlalaro sa TALA sa pag-asang may nag-aabang na kasunod nito. Bigyan ka ba naman ng walong iba't ibang aswang na kailangang kaharapin. Parang kinailangan mong ulitin ang ginawa mo sa buong Level 1 hanggang 7—at higit pa! Pero naroon nga mismo ang gayuma ng laro. Hindi mo alam kung ano'ng darating, kung ano talaga ang aasahan sa kasunod na level. Kaya magtitiyaga ka talaga. Paghihirapan mo. Para roon sa hindi mo alam kung ano—o kung meron pa ba talaga o wala na.

Ngayon, magkatabi sila ni Renzo sa upuan ng bus. Wala namang nararamdamang kakaiba si Janus sa ibang kasama nila sa bus. Mukhang wala namang alam ang mga ito. Mukhang hindi naman sangkot ang mga ito sa kung anumang mga nangyayari ngayon. Pero ano bang alam niya sa pakiramdam? Tinabihan na nga siya't lahat ni Renzo sa upuan, hindi pa siya nagkahinalang nasa Balanga pa lang pala'y sinusundan na siya nito. Maaaring mula pa lang sa bahay niya ay nakasunod na ito. Dahil paano nito nalaman na sa may 7-11 sa highway siya mag-aabang ng bus, at hindi sa loob ng bayan mismo? At ngayon, pagkatapos ng lahat ng kawirduhang nangyari, magkukuwento ito tungkol sa tiyanak at sasabihing nakakita ito mismo ng tiyanak. Ano'ng kaugnayan niya rito? Ano'ng kinalaman ng mga ito sa nangyari kina Harold? Bakit kapareho ang kuwento nito sa kuwento ng Papa niya?

"Paanong nakakita? Kailan? Saan?" *Totoong may tiyanak.* Kailangan munang huminga nang malalim na malalim ni Janus para matanggap iyon. Hindi tiyanak sa TALA o sa komiks. Tiyanak sa totoong buhay. Tiningnan niya ulit si Renzo. Baka may topak ito a. Baka baliw ito e kung saan ako dalhin, kung saan ako tangayin nito. *Parang tiyanak.* Lalo siyang kinilabutan. Luminga siya sa ibang nakaupo't nakatayo sa bus. Mukhang wala namang pakialam ang mga ito sa pinag-uusapan nila.

"Halos three years ago, brad. Sa Marikina mismo. Malapit lang sa ilog, malapit lang doon ang tinutuluyan ko sa Tumana. May bagyo noon. Habagat, naaalala mo 'yun? Mahigit isang linggong hindi humihinto ang pag-ulan. Mga ganitong panahon din iyon. Agosto."

Tumango si Janus. Naaalala niya ang mga balita noong panahong iyon. Ang mga video sa Youtube. Ang mga taong lumilikas dahil sa baha. Ang mga asong lumalangoy sa tubig upang makaligtas sa pag-apaw ng tubig. Kaya nga tinawag ding *Bahagat* iyon. Kahit hindi sila binabaha sa Balanga, wala rin silang klase. Isang mahabang bakasyon lang iyon sa kanila noon. Grade 5 siya at hindi pa gaanong lulong noon sa computer games. Noon, mas karaniwan pa para sa kaniyang dumeretso na ng uwi sa bahay pagkakatapos ng klase niya sa hapon. Hindi pa siya sinasaktan ng Papa niya.

"Ano'ng nangyari, paano nangyari?"

"Hindi pa rin tumitigil ang pag-ulan noon, pero hindi malakas. Pabugso-bugso lang. Pero siyempre, mas alerto na ang mga tao dahil sa Ondoy. Nagtatrabaho ako noon, crew sa KFC sa Marquinton, maliit na mall sa bayan ng Marikina. Pasado alas-singko ng hapon pa lang noon pero ang dilim na. Mangilan-ngilan lang din ang tao sa mall. Maliit lang naman 'yun, pero maluwag dahil nga wala na halos tao. Maraming ibang shops, sarado na. Nung nagsimulang tumunog 'yung sirena, signal 'yun sa pag-angat ng tubig sa ilog, pinaghanda na kami nung manager namin. Magsasara na raw kami, dahil malamang na mawawalan din ng koryente. Wala kaming sariling generator sa KFC, generator lang ng buong mini-mall para sa emergency lights. Sinabihan na isa-isa 'yung mga kostumer na naroon, kung puwede e maghanda na rin pag-uwi, dahil tumunog na nga iyong sirena. Tapos, 'yung nakaambang ulan, biglang bumuhos na nga, hindi na nga namin narinig iyong ikalawang pagtunog ng sirenang nasa critical level na raw ulit ang ilog. Pinalilikas na 'yung malalapit dun.

"Kami naman, kinausap na nung manager namin. Inayos lang namin lahat ng aayusin, tulong-tulong na kami sa kitchen, kahit 'yung mga nasa counter, tumulong na. Para madali. Para makauwi na agad kami. Nang matapos kami, ang dilim-dilim na sa labas. May koryente pa pero dahil patay na rin ang ilaw sa maraming tindahan, kahit 'yung ilang poste, ang dilim-dilim. Nagkakailaw lang kapag may mga dumaraang sasakyan, na mangilan-ngilan na lang din, kasi nga, 'yung ulan, ang lakas-lakas na. Mataas na rin ang tubig kahit sa kalsada. Hindi na halos magkarinigan ang mga tao kapag nagsasalita.

"Noong una, nagbibiruan pa kaming mga crew, delubyo na yata, katapusan na ng mundo, ganun. Pero biruan lang, kasi nga alam naman naming hindi totoo 'yun. Hindi mangyayari 'yun. Pero nung isinara na namin ang KFC, sabay-sabay na kami, pati 'yung manager namin sa branch, nung pagkasara namin, wala nang makapagbiro. Pahirapan sumakay. 'Yung iba, na madadaanan nung manager namin, papunta kasing Antipolo ang direksiyon niya, isinabay na niya. 'Yung iba sa amin, pauwing QC. Ako nga, Marikina lang, pero sa Tumana naman, malapit lang sa ilog ang bahay ng pinsan ng Nanay ko. Si Tita Cely. Tine-text ko sila, pero hindi na nagre-reply.

"Wala akong masakyan, naka-jacket lang ako, at payong. Nag-shorts na ako noon at tsinelas. 'Yung mga gamit ko, nasa backpack ko. Pantalon, sapatos, relo. Naka-plastic na sa loob, pati 'yung cellphone, inilagay ko na roon, pagkatapos kong ipa-ring ang number nina Tita at walang signal o basta cannot be reached. Tapos naglakad na ako. Malalakad naman talaga mula bayan ng Marikina hanggang sa amin. 'Yun na, noong naglalakad ako, napansin ko, may bata sa likuran ko, mga six o seven, ganiyan. Alam mo 'yung pakiramdam na may sumusunod sa iyo? Kaya napalingon ako. Siya, naglalakad lang sa ulanan. Dahil bata, mukhang harmless naman, di hamak na malaki naman ako kaysa sa kaniya. So tinanong ko kung saan siya pupunta, bakit wala siyang payong, basang-basa na siya. Sabi niya, sa Montalban pa raw. Montalban! Bundok pa iyon. Malayo pa iyon. Kung magdyidyip siya, aabutin pa rin siya ng mahigit isang oras bago makarating sa kanila. Nasa dyip na iyon ha. E kung maglalakad, anong oras pa siya makakarating sa kanila, di ba. At bakit siya nag-iisa, at bakit siya napunta sa Marikina? Sabi niya, pinapahanap ng tatay niya ang nanay niya, kasi pumunta raw sa bayan ng Marikina, e hindi naman makaalis sa bahay nila dahil may bunso raw siyang kapatid na sanggol pa. Sabi ko sa sarili ko nun, grabe namang tatay iyon, bagyong-bagyo, pinag-isa ang anak. Hindi bale kung malaki na ang anak.

"Walang-wala talaga sa sarili ko noong nagsisinungaling 'yung bata. Bumabagyo na't lahat, kita mo 'yung mga taong nasa kalye, 'yung iba, naghahakot na ng mga gamit nila, papunta sa mga elementary school, ginawa nang evacuation center ang mga iyon. Kumikidlat pa paminsan-minsan. Tapos, halos constant 'yung ungol ng mga ulap. Parang ang baba-baba lang nila. Ang nasa isip ko noon, sina Tita Cely, siyempre. Bata pa rin 'yung bunso nilang anak, mga kaedad lang nung batang kasunod ko. So tinanong ko 'yung bata kung ano'ng pangalan niya. Sabi niya, Lorenzo. Sabi ko, uy, magkapangalan pa tayo. Tapos, alam mo, heto ha, hindi ako nagbibiro ha, ang sabi niya, *alam ko. Alam ko* raw! Puta. Tapos, bago pa ako nakapag-react, kumidlat, tapos kumulog, parang pelikula, tamang-tama ang timing, tapos dahil dun sa liwanag nung kidlat, nakita kong iba na 'yung hitsura niya, as in itim na itim ang katawan niya at pulang pula ang mga mata. Tapos nakangisi siya sa akin, tapos sabi niya, *naaalala mo ba ako?*

"Na-realize ko, nakahawak ako sa kamay niya. Inaakay ko na pala siya. Bigla akong napabitiw, tapos biglang parang nagdiklap sa isip ko 'yung kuwento tungkol sa akin nung bata nga raw ako na iniligaw ako ng tiyanak sa Zambales. So 'yun, napamura ako tapos ang bilis ng lakad ko tapos maya-maya tumatakbo na ako. Paglingon ko, wala na siya. Sabi ko sa sarili ko nun, puta, baka panaginip lang ito, baka pati itong mga ulang ito, itong Habagat na ito, baka panaginip ko lang ito, baka hindi naman ito totoo. Puwede ba namang hindi na talaga tumigil ang pag-ulan nang mahigit isang linggo na?

"Pero siyempre, totoo iyong Habagat. Pagdating ko sa bahay, wala na roon sina Tita Cely. Hindi pa naman naaabot ng tubig iyong bahay pero 'yung mga gamit, 'yung ref, 'yung TV, nasa ibabaw na ng mga mesa. Pati mga gamit sa eskuwela nung mga pinsan ko run. Tapos pinuntahan ko na nga sila sa H. Bautista, naroon sila malamang, sa elementary school doon, kasi medyo mataas iyon. Doon pumupunta ang mga tao sa amin kapag may bagyo, tulad noong Ondoy. Pagdating ko roon, kahit maraming tao, nakita ko sila agad. Kasama ni Tita Cely 'yung bunso niya. Naalala ko iyong tiyanak. May pangalan nga kaya siya? Lorenzo nga kaya ang pangalan noon, o ginago lang talaga ako? Hindi ko na alam.

"'Yung panganay na anak ni Tita Cely, halos kaedad ko, na-stranded daw sa may Libis. Nagko-call center na kasi iyon noon. 'Yung asawa ni Tita Cely, nasa Dubai, kaya talagang siya lang ang nag-iintindi sa bahay at sa mga anak niya. Hindi ako makatulog nang gabing iyon, bukod sa hindi naman komportableng matulog sa mga klasrum, sako-sako at mga banig lang ang hinihigan ng marami, naiisip ko siyempre ang tiyanak na iyon. Akalain mo, sabi, naaalala mo ba ako? Putsa, di ba, brad.

"Dahil diyan, diyan sa mga pangyayaring iyan, kaya ko nakilala si M-...Joey. Pero siya na ang magkukuwento sa iyo, mas magandang sa kaniya mo na marinig, malapit na naman tayo."

Nakatanga pa rin si Janus kay Renzo. Napatingin lang siya sa labas ng bintana ng bus nang sinabi nitong malapit na sila. Nasa Alabang na sila, paakyat na nga sila ng flyover na tanaw sa kanan ang Alabang Town Center na ilang beses na rin nilang napuntahan sa mga field trip nila.

"Nakita mo pa ulit?"

"Hindi na, hindi na," sabi ni Renzo. "Pero alam mo ba, ngayon, parang gusto kong makita ulit. 'Yung tiyanak na iyon, gusto kong harapin na. Ewan ko kung nagtatapang-tapangan lang ako. Kung talagang kaya ko bang harapin iyon pag nakita ko ulit. Baka wala naman pala akong magawa. Pero nung makilala ko si...si Joey, nung makausap ko siya tungkol sa mga bagay na ito, may ilang bagay na luminaw, at may ilang bagay na lalong gusto kong alamin."

"Ano'ng kinalaman niyan sa nangyari sa kaibigan ko, sa iba pang teenager? Sa TALA?"

"Si Joey na ang magpapaliwanag sa iyo. Mas alam niya. Mas kaya niyang ipaliwanag."

Tumahimik na lang si Janus. Alam niyang kahit anong pamimilit ang gawin niya, kung walang balak magsalita o magsabi ng kahit ano ni Renzo, hindi niya ito makukumbinsi. Pero ramdam din niyang may gusto pa itong sabihin.

"Brad," sabi nga ni Renzo maya-maya. Tumingin si Janus dito. "Alam mo ba kung saan nagsimula...kung saan nanggaling ang tiyanak?"

Tumango si Janus kahit sigurado siyang hindi ang sasabihin niya ang hinihintay na sagot ni Renzo. "Hindi ba, sa mga batang ipinalalaglag?"

"Hindi brad, 'yung simulang-simula, 'yung kauna-unahang tiyanak, alam mo ba?"

"Kauna-unahan?" Sabay-iling.

"Alam mo 'yung Taong Tábon? 'Yung kuwento sa Tábon caves?"

"'Yung pinakamatandang tao sa 'tin?"

"Puwede...hindi natin alam, di ba? Pero alam mo iyon, di ba...sa Palawan? Tatlo iyon, mga buto para sa tatlong tao raw ang nakita nila. Mas madali namang isipin iyon, di ba, na may ibang taong kasama. Parang kung nag-iisa lang talaga siya, ano'ng ginagawa niya sa kuwebang iyon nang mag-isa? Bakit siya andun? Saan siya galing? Pero tatlo, brad. Tatlong tao silang naroon. At kahit tinatawag natin ngayong Tábon Man, isa sa kanila, babae."

Nakamata pa rin si Janus kay Renzo. Hindi ito itinuturo sa kanila sa AP. Noong nag-Philippine History sila noong first year, si Miss Esguerra rin ang teacher nila, walang ganitong binabanggit. O hindi lang niya maalala. Naaalala niya ang Tábon Man. Mula pa noong nasa grade school siya, nababanggit naman iyon. Pero hindi ganito. Bakit andaming alam nitong Renzo na ito tungkol sa mga ganitong bagay?

"Ayon sa mga alamat, buntis ang babae. Buntis pero hindi naman alam kung sino'ng ama. Wala namang kasal-kasal noon. Pero meron nang nosyon ng mga relasyon, may mga pag-angkin na rin sa ibang tao. Para alipinin. Sa paggawa. Sa seks. Nagsisimula pa lang noong mahubog 'yung emosyong tulad ng pagmamahal-mahal na 'yan, o 'yung utang na loob, halimbawa.

"Buntis ang babae, brad, kabuwanan na nito pero naroon siya sa kuweba, tumutulong sa paghahakot ng mga gamit na ginagawa noon doon. Mga hinasa't inukit nila bilang gamit o sandata. Marami sila. Hindi lang siya. Mas marami sa gabi, dahil mas ligtas sa loob ng kuweba pag gabi. Kapag umaga, mas maraming nasa labas ng kuweba para gumawa ng ibang bagay. Mangaso, magluto, maghabi. Nang araw na iyon, nagpaiwan siya sa kuweba dahil talagang malaki na ang tiyan niya. Pakiramdam niya, anumang sandali, manganganak na siya.

"Ang problema, hindi niya alam kung sino ang ama ng ipinagbubuntis niya... pero dalawang lalaki ang umaangkin. Pareho pang nagpaiwan kasama niya. Karaniwan naman iyon noon. Kung gusto mong angkinin ang ipinagbubuntis, bahala ka. Umaasa sila na higit sa isa ang ipapanganak para mas madaling paghatian, tulad sa isang hayop, sa lobo, sa baboy, sa mga asong katulong nila sa pangangaso. Pero dahil nga mas karaniwang isa lang ang ipinapanganak ng tao, pinagmumulan iyon ng away. Kung minsan, nagkakasakitan. Matagal nang may iringan iyong dalawang lalaki, kasi nga, ayaw mamili nitong babae. Para sa kaniya, hindi mahalaga kung sino ang ama. Basta't siya ang ina, at siya naman ang magpapasuso sa bata pag ipinanganak ito.

"Pero nung manganganak na iyong babae, pumuwesto na iyong isang lalaki. Iyong mas mahaba ang buhok sa dalawa. Siya ang magpapaanak. Walang hilot-hilot, kung minsan nga'y nanganganak pang mag-isa ang babae. Pero siyempre, ayaw pumayag nung isa pang lalaki. Nakipagtulakan siya sa lalaking mas mahaba ang buhok. Alam nilang kapag isa lang ang anak, mapupunta ito sa lalaking nagpaanak. Sa lalaking sumapo sa ulo ng bata palabas sa tiyan ng ina. Iyon ang ama. Iyon ang kikilalaning ama. Ganoon sa kanila noon. Ang unang sumalo't nakahawak sa ulo ng bata ang ama. Walang magpatalo sa dalawang lalaki. Importante sa kanilang kilalaning ama dahil ang mga bata noon, naipagpapapalit nila sa isang rebultong gawa sa ginto mula sa mga dumarayong tagaibayo, sakay ng malalaking bangka, mula sa kung saan sa kabila ng abot-tanaw. Sa mga iyon din nila ipinagpapalit ang mga inuukit nilang sandata, at ilang mga bungang dito lang umano matatagpuan sa atin, na kinahuhumalingan ng mga dumarayong iyon. Pero ang paborito ng mga iyon, mga bata. Mga sanggol. Kaya nakikita pa lang ng mga taong parating na ang mga bangka, nakahilera na ang mga sanggol sa pampang. May ilan ngang nakakalakad na, na kinukuha lang ng mga dayo kapag walang-wala na. Pero mas gusto ng mga iyon ang kasisilang pa lang. Kaya naman, para sa kanila noon, sa sandaling may kakayahan na ang babae na magbuntis, nagbubuntis na agad ito. Ang mga una nilang anak ay sa kanila. Pinalalaki nila bilang mga anak na katu-katulong nila sa pamumuhay sa isla. Pero ang ikatlo, o ikaapat at mga susunod pa, kung minsan nga'y kahit ikalawang anak pa lang, ipinapalit nila sa mga dayo.

"Ang problema, unang anak ito ng babae. Kaniya ang batang ito. Pero iyong dalawang lalaki, na alam mo ba, ang totoo umano'y kambal. Oo, kambal...magkapatid, at ngayo'y nag-aagawan sa isisilang na sanggol. Dahil lang umano sa mga gintong rebulto ng taong nakaupo't hindi man lang nakangiti, nakahalukipkip ang mga braso, subalit nakapagtataboy ng mga ahas, nakapagpapaulan kapag kailangang umulan, kayang magpasikat ng araw, kayang magpakita sa kanila ng daan kapag naliligaw sa gitna ng gubat, kayang pumaslang ng kaaway o kinatatakutan, kahit sa pamamagitan ng panaginip. Mas mahalaga iyon sa kanila kaysa sa bata. Lahat ng nagkaroon ng mga gintong rebulto, humaba rin daw ang buhay. Kailangan nila ng gintong rebulto.

"Alam mo, problema ito sa mga lalaki dahil hindi nga sila nagbubuntis. Babae ang nagbubuntis at nagsisilang kaya paano sila magkakaroon ng gintong rebultong iyon kung hindi sila makikipag-ugnayan sa babae? Isa pang malaking problema, siyempre, na hindi madaling magbuntis noon, dahil nga madalas na natatagtag ang katawan ng babae sa iba't ibang kailangang gawin para mabuhay, o dahil sa klima, o sakit. Tapos, kapag sinuwerte pa't nagbuntis, siyam na buwan ang kailangang hintayin.

"May mga araw na isa o dalawang sanggol lang ang dinadatnan ng mga dayo mula sa kabila ng abot-tanaw. Pero hindi nag-aagawan ang mga ito. Ipinaparamdam ng mga itong kahit gusto nila ang sanggol, mas mahalaga pa rin ang gintong rebulto kaya hindi sila pumapayag sa hiling ng ilang gawing dalawang rebulto ang kapalit ng isang sanggol. Isa lang. Puwede nilang dagdagan ng ilang makukulay at madudulas na tela, pero isang gintong rebulto lang ang puwedeng ipalit sa isang bata. Alam din ng mga dayong iyon kung gaano kahalaga sa mga dinaratnan nila ang pagkakaroon ng rebulto kaya sigurado silang makukuha't makukuha nila ang isang sanggol kapalit ng isang rebulto lang.

"Kaya iyon nga, nag-agawan sa pagpapaanak ang kambal na lalaki. Kailangang siya ang makahawak sa ulunan ng bata, iyon ang iniisip ng bawat isa. Nagngingitngit naman iyong babae, kung bakit hindi siya nagpasama sa kuweba sa ilang kasamahang matatanda't babae para mayroon siyang ibang katuwang sa panganganak. Pero talagang masakit na ang tiyan niya. Samantala, sinapak na ng isa ang kakambal niyang mas mahaba ang buhok. Na gumanti ng suntok. Tadyákan. Hanggang sa natumba ang isa at nakadampot ito ng bato at inihagis ito sa kakambal. Nakaiwas ang kakambal niyang mas mahaba ang buhok. Nagpilit tumayo ang babae para pigilan ang dalawa. Dumampot naman ang lalaking may mas mahabang buhok ng mas malaking bato at gumanti ito ng pagbato sa kakambal niya gamit ang dalawang kamay. Tinamaan iyon sa ulo. Baság agad ang bungo. Natumba iyon at umagos ang dugo sa lupa. Natigilan namang pansamantala ang lalaki pero pagharap niya, inundayan na siya ng saksak ng babaeng buntis. Matulis na matulis ang kahahasa lang na bato. Sa isip ng babae, kailangan niyang gawin iyon para sa anak niya. Una niyang anak ito. Hindi niya ito ipagpapalit sa gintong rebulto. Pero bago niya nasaksak ulit ang lalaki, natadyakan siya nito at natumba siya't napadapa, tumama ang tiyan niya sa nakausli mismong bato malapit sa apoy. Bumagsak naman ang ulo niya sa mismong apoy. Nagsisigaw ang babae pero hindi na siya makabangon. Nagtangka pa ang lalaking bumangon para hilahin ang babae palayo ng apoy. Pero nang matiyak niyang nanghihina na ito, nagbago siya ng isip. Dumampot siya ng isang bato at pinukpok nang pinukpok ang ulo ng babae.

"Ang hindi niya alam, sa isip ng babae, bago ito tuluyang nalagutan ng hininga, umusal ito ng isang sumpa. Na mabubuhay ang anak niya upang kitlin ang mga magulang na pumapatay sa anak. Mabubuhay ang anak niya upang patayin ang lalaking ito, kung sakaling ito nga ang ama nito. Mabisa ang bulong ng babae lalo pa't binitiwan niya ito nang naroon sa kuweba ang mga elemento ng hangin, apoy, lupa't umaagos ang luha sa mata niya. Doble ang bisa nito lalo pa't nanunulay siya noon sa pagitan ng buhay at kamatayan.

"Binunot naman ng lalaki ang nakasaksak sa kaniyang tiyan. Tiningnan niya ang humihilab na tiyan ng babae. May dumudungaw nang ulo sa ari nito. Hinawakan niya iyon para tulungang lumabas. Biglang nawala sa isip niyang may dalawa siyang napatay kani-kanina lang. Mabubuhay ang bata! Hindi niya naisip na mabubuhay pa ang bata! Bigla siyang pumuwesto sa ibaba ng babae, kahit nanghihina na rin siya dahil sa pag-agos ng dugo sa tagiliran niyang nasaksak kanina. Hinagod niya ang tiyan ng babae para maitulak palabas ang bata. Hindi na makaiiri ang babae kaya kailangan niyang itulak sa hilab ng tiyan. Nang makalabas na ang buong ulo ng bata, nanghina ang lalaking may mas mahabang buhok nang makitang itim na itim ito. Nangingintab sa dugo ang pagkaitim nito sang-ayon sa liwanag na nagmumula sa apoy sa tagiliran niya. Patay na...patay na...naibulong niya. Pero pagkahila niya sa bata at nang mailabas ito, nagulat siya't hindi nakaugnay ang pusod nito sa ina. Sa halip, nagmulat ito ng mata't tumayo, katulad ng isang batang matagal nang marunong maglakad. At bago pa nakagalaw ang lalaki, ipinasok na ng bata ang kamay at buong braso nito sa tagiliran niyang sinaksak kanina ng babae. Dinukot ng bata mula roon ang bituka ng lalaking may mas mahabang buhok at saka iyon kinain."

"Grabe naman 'yan." Iyon lang ang nasabi ni Janus. Parang sa komiks, naisip niya, pero hindi na niya ito sinabi kay Renzo. Parang sa komiks din naman ang nangyayari ngayon sa buhay niya. "Paano mo nalaman iyan?"

"Kapag nagkausap kayo ni M-.... Joey, malalaman mo."

Gusto nang mainis ni Janus. Si Joey na naman. Joey ba talaga ang pangalan nito? Madalas na madulas si Renzo na parang ibang pangalan ang sasabihin. Anak ng Angono! Paakyat na sila noon ng Magallanes pakanan sa EDSA. Makikita na rin niya ito. Masasagot na rin niya ang maraming tanong. Malalaman na rin niya kung ano ang mga ito. Iyon e kung totoo ngang may alam si Joey. At hindi isang malaking panggagago ang lahat ng ito. "So, iyon ang unang tiyanak?" Ito na lang ang nasabi ni Janus.

Umiling si Renzo. "Hindi. Hindi una. Iyon lang ang tiyanak. Iyon lang. Walang ibang tiyanak, brad. Nag-iisa ang tiyanak na iyong isinilang sa kuweba ng Tábon ilang libong taon na ang nakararaan. Mula noon, hanggang ngayon, lahat ng tiyanak na nakikita natin, ang nagligaw raw sa akin noong bata ako, ang nakita ko noong Habagat, iisang tiyanak. Nag-iibang anyo. Nagpapanggap na kung sino-sinong bata, pero siya lahat iyon. Iisa lang siya."

Kinilabutan si Janus. "E bakit ka niya kinukuha? Ano'ng meron?" *At bakit nito sinubukang kunin ang Papa ko noon?*

"Iyon ang hindi ko alam. Iyon ang gusto kong malaman. Kung tama ang kuwento, mga magulang na pumapatay sa anak ang pinapatay nito. Iyon ang ibinulong ng babae, ng ina nito sa kuweba. Iyon dapat ang gagawin nito. Wala naman akong anak, wala akong alam na nabubuntis. Imposible. At isa pa, bata pa ako noong una niya akong iniligaw raw, di ba? Anim na taon pa lang ako noon. Paano naman ako papatay ng anak noon? O nakikita ba nito ang hinaharap? Gagawin ko pa lang ba iyon balang araw, ang pumatay ng anak? Pero hindi e. Sinubok lang niya akong iligaw…o kunin. Hindi naman niya ako pinatay. Kayang-kaya naman niya akong patayin agad kung iyon ang gusto niya."

Tulad ni Papa, naisip ni Janus. At naisip din niya kung tulad ni Renzo e nagpakita rin ba ulit ang tiyanak sa Papa niya nung tumanda na ito.

JOEY

Naunang bumaba si Renzo sa babaan ng bus sa tapat mismo ng Megamall. Nakasunod lang si Janus. Nag-text na rin sa kaniya si Joey noong nasa bus pa lang sila. Na sumunod lang siya kay Renzo. Na alam nito kung saan sila magkikita, kung sakaling hindi pamilyar kay Janus ang pasikot-sikot sa mall. Wala nang nagawa si Janus. Narito na. Heto na, masasagot na ang marami-raming tanong sa isip niya. *Sana*. Sana. Hanggang kagabi bago siya matulog, isang linggo pagkatapos ng nangyari kina Harold, gusto pa rin niyang magising at malámang hindi totoo ang lahat. Isang mahabang-mahabang panaginip. Tulad ng inisip ni Renzo noong Habagat matapos pagpakitahan ng Tiyanak. Pero paggising nga niya kaninang umaga, wala, totoo pa rin ang lahat. Totoo pa ring kailangan niyang makipagkita kay Joey para malinawan ang lahat. Tiningnan niya ang oras sa cellphone niya. 11:32. Mas maaga kaysa sa usapan nila.

Sinundan ni Janus si Renzo sa Kenny Rogers. May tagóng bahagi sa loob nitong hindi tanaw ng mga naglalakad sa pasilyo ng mall. Dere-deretso si Renzo sa mesa kung saan nakaupo ang isang matandang lalaki. Lampas singkuwenta na siguro.

Tumingin kay Janus ang lalaki. Gusto namang mag-*teka lang* ni Janus. May mali. Bakit dito naupo si Renzo? Luminga-linga siya para tingnan ang mga mesa kung may nakaupong tulad niyang teenager o kahit kaedad lang ni Renzo na mukhang si Joey. Bago pa man makapagsalita si Janus, tumayo na ang lalaki at iniabot nito ang kamay sa kaniya.

"Ako si Joey, Janus... Manong Joey na lang."

Hindi agad naiabot ni Janus ang kamay niya. Bakit matanda? Ang iniisip niya, halos kaedad lang niya si Joey. Dahil sa pagtsa-chat nito, sa pagte-text. At sabi nito, naglalaro rin ito ng TALA. At nakaligtas tulad niya. Wala pa siyang nakitang naglaro ng TALA na ganito ang edad.

Ibinaba ng lalaki ang kamay nang hindi iyon abutin ni Janus. "Alam kong nagtataka ka. Maupo ka muna." Itinuro nito ang puwesto sa tabi ni Renzo na nakaupo na noon. "Ipaliliwanag ko. Kumain ka na ba?"

Umusog nang kaunti si Renzo para makaupo si Janus. Naupo si Janus pero hindi pa rin siya makapagsalita. Nakatingin pa rin siya kay Joey na bumalik na noon sa pag-upong nakaharap sa kanila. Hindi pa rin niya maisip na ito ang nagto-'*tol* sa kaniya sa chat at sa text. Ano ba itong napasok niya? Biglang nagdalawang-isip siya kung tama ba ang ginawa niyang basta siya sumugod dito nang walang pinagsabihang kahit sino. Bakit ba siya nagtiwala agad sa hindi niya kilala? *Wala, desperado ka*, sagot din niya sa sarili niya. Kailangan mo ng kausap. Nagsinungaling ka kasi sa mga taong gustong kumausap sana sa iyo't magtanong tungkol sa nangyari. Sa gustong makaalam kung ano'ng totoong nangyari. Sa mga kailangan ang tulong mo. Sa Mama't Papa mo. Kina Kapitan at Na Minda. Sa mga kaeskuwela mo. Ngayon, heto, bahala ka. Ang layo mo sa inyo. Wala kang kilala rito. Bakit ka pumapasok sa ganito? Lalo mong dinadagdagan ang problema mo.

"Alam ko nagtataka ka. Pasensiya ka na. Kailangan kong magkunwaring kaedad mo, kapareho mo, para matawag ang atensiyon mo. At mas pagkatiwalaan mo. Kita mo, kung nagpakilala akong ganito agad, ganito ang edad, pupunta ka ba? Baka kung ano pa ang isipin mo. Mabuti na ang ganito. At least narito ka na. Gutom ka na ba? Kain muna tayo. Ako na ang oorder." Tumayo si Manong Joey para lumapit sa counter. Kahit mag-aalas-dose na, wala masyadong tao sa Kenny's. Dadalawa lang ang nakapila para umorder. Walang nakaupo sa mga table na malapit sa kanila.

"Ayaw niyang ipasabi sa 'yo," sabi ni Renzo nang makaalis si Manong Joey.

"Sino ba siya? Ano mo siya?"

"Sabi ko nga sa 'yo, nakilala ko lang si Manong Joey pagkatapos nung Habagat, pagkatapos kong makita 'yung ano…'yung 'kinuwento ko sa 'yo…"

"Paano? Saan mo siya nakilala?"

"Siya na ang magkukuwento sa iyo. Maiintindihan mo rin. Mas nasa posisyon siya para magsabi sa iyo."

"Kanina ko pa gustong tumakbo rito," nasabi ni Janus. Naisip niya, mahahaba ang mga binti niya. Mabilis siyang mawawala sa dami ng mga tao sa mall.

"Pero alam mo ring di mo gagawin," sabi naman ni Renzo. "Dahil marami kang tanong. Sa ngayon, alam mong mas importante para sa iyong masagot ang mga tanong na iyon kaysa sa ibang bagay, kaysa sa kung ano pa mang bagay. Kaysa sa iniisip mong kaligtasan mo. Kagaya mo rin ako noon, brad. Takot na takot ako. Kapag nahihiga ako, pakiramdam ko, anumang sandali, tatabihan ako ng tiyanak na iyon. Kaunting kaluskos sa labas ng bahay, pakiramdam ko, naroon siya. Kapag naglalakad ako sa kalye, parang nakasunod lagi sa akin. Pakiramdam ko noon, nababaliw na ako. At wala akong mapagsabihan. Wala akong makausap. Ang hirap. Kaya noong nilapitan ako ni Manong Joey, sa Internet din, nag-post ako nang nag-post tungkol dito, tungkol sa tiyanak, pero hindi ko ginagamit ang totoo kong pangalan, siyempre. Noon niya ako kinausap. Kagaya mo, message din sa Internet, comments sa mga post ko sa blog noon. Hanggang ibigay ko ang number ko. Text. Tawag. May mga sinasabi siya sa akin. Sa kaniya nanggaling iyong kuwento tungkol sa tiyanak, sa Tábon. Sabi ko siyempre sa sarili ko noon, alamat-alamat, kuwento-kuwento, paano naman may makakaalam noon? Sino'ng makakapagpatunay nun, di ba?

"Pero sinakyan ko, kasi ang nasa isip ko lang nun, kailangan ko ng kausap. Na at least, may nakakausap na ako. Hanggang nagkita kami. Hindi ko alam… isang araw ng kabuwangan, o matinding takot na siguro. Iyong hindi ko alam kung gusto ko bang makita na lang ang tiyanak na 'yun at magpapatay na lang ako para tapos na ang problema ko…o hanapin ang solusyon, o panlaban, o kung anuman. Naiisip ko sina Nanay at

Tatay. Sa isip ko, kung hindi sila naaksidente sa Palauig, kung buhay pa sila, baka sinabi ko sa kanila. Malamang, sinabi ko. Kay Tatay siguro, kasi ayoko ring mag-alala si Nanay. Pero wala na sila e. Kaya isang araw, sinabi ko na lang talaga kay Manong Joey, sige, makikipagkita na ako. Tulad mo ngayon. Noon din, takót ako, siyempre. Hindi ko siya kilala. Hindi ko alam ang pinapasok ko. Ang nasa isip ko pa nga, baka kulto-kulto ito. O kaya, baka baliw ito at ako pa ang mapagdiskitahan. Pero kapag naiisip kong nakita ko mismo ang tiyanak, paano ko pag-iisipang baliw ang ibang tao nang di muna pagdududahan ang sarili kong kabaliwan, di ba?"

Tumigil sa pagsasalita si Renzo dahil pabalik na si Manong Joey. Bitbit ang tray na may tatlong baso ng softdrinks at numero ng inorder nito. "Ano na'ng napag-usapan ninyo?" sabi nito sa dalawa bago naupo. "Pasensiya ka na ulit, Janus, kung kailangang ganito. Sinabi ko sa iyo, puwedeng sa Balanga na tayo para hindi ka na sana nagbiyahe. Pero naiintindihan ko rin kung bakit mas gusto mong makipagkita sa malayong lugar."

"Gusto ko pong maintindihan...M-manong Joey," biglang nabasag ang boses ni Janus. Parang iyon na lang ang naiisip niya. Kung narito si Harold, pagtatawanan siya nito. Katakot-takot na asaran. Pero wala na nga si Harold. Wala na nga. Noon ulit nadama ni Janus ang dilang-karayom ng Manananggal sa puso niya.

"Alam ko, alam ko. Huwag kang mag-alala. Susubukin kong ipaliwanag. Makinig ka lang muna. Alam kong marami kang tanong, pero makinig ka muna. Alam kong di madali sa iyo ito," huminga muna nang malalim si Manong Joey bago muling nagpatuloy. "Maaaring mas malaki ang kinalaman mo rito kaysa sa iniisip mo. Kaysa sa alam nating lahat ngayon. Ngayon, ang totoong pangalan ko, Joey Andres. Akin talaga iyong account sa FB, 'yung Anak ng Angono. Tubong Angono ako. Matagal na kitang inadd. Umasa lang ako na ina-approve mo lahat ng friendship request sa iyo sa FB. Inapprove mo naman. Pero hindi ako nagme-message. Hindi ako nagparamdam man lang. Kailangan ko munang makatiyak. Mahirap na basta guluhin lang kita nang wala naman akong matinding batayan.

"Hanggang sa nangyari nga iyong sa Balanga. Ang totoo, hindi iyon ang unang pagkakakataon. Nangyari na noon, ilang beses na. Grupo rin ng kabataan, lima, sa isang shop sa Quezon City. Pero natabunan sa kaso ng hostage-taking noon ng isang dating pulis sa mga Hong Kong nationals sa isang bus sa may Rizal Park. May TALA na noon. Pero wala pa gaanong nakakaalam. Hindi pa lumalaganap. Narito pa lang karamihan sa Maynila ang naglalaro. Pakonti-konti pa. Nung masundan iyon, mas marami, siyam ang namatay na bata, sabay-sabay, pero sa gilid-gilid ng tabloid lang napabalita dahil nasabayan ng bagyo, ng baha. Hindi na naman nakuha ang atensiyon ng media. Ito nang nangyari sa inyo sa Balanga ang unang napagtuunan talaga ng atensiyon ng media. Kasi wala ring ibang nangyayari ngayon. Walang malaking balita sa politika, wala sa showbiz. Walang kalamidad. Ang totoo, hindi ko alam kung maganda bang na-broadcast pa ito ng media at maraming nakaalam ngayon. Pero paano mo naman pipigilan ito? Sunod-sunod na. Ang dami nang namamatay."

Pansamantalang huminto sa pagsasalita si Manong Joey dahil dumating na ang inorder nila. Pagkatapos ilapag ang tanghalian nilang tatlo, sinabi nitong itutuloy niya ang sinasabi pagkakain nila. Kahit walang ganang kumain, napilitan si Janus na sumunod. Pagkasubo niya, saka niya naramdaman ang gutom. Naunang naubos ang pagkain ni Renzo. Halos sabay na natapos sina Janus at Manong Joey. Nagpunas lang ng labi niya gamit ang ibinigay na tissue si Manong Joey bago ito nagpatuloy sa pagsasalita.

"Isa ako sa mga gumawa ng TALA," sabi ni Manong Joey. Napatingin naman si Janus kay Renzo bago niya ibinalik ang tingin sa matanda. "Dalawa kami. 'Yung isa, 'yung kaibigan ko, 'yung akala ko'y kaibigan ko, wala na rin siya. Ginawa namin talaga ito para hanapin ka, ang mga tulad mo. May mga kakayahan ako, Janus, na sasabihin mo sigurong sa computer games lang makikita. Na iisipin mong magic, pero may daya. Pero totoo. Tingnan mo."

Nag-vibrate ang cellphone ni Janus sa bulsa niya. Kinuha niya ito. At nabasa niya roon ang text message ni Manong Joey. Ang nakasulat dito: Maniwala ka lang. Hindi na siya makapagsalita. Nagpatuloy lang si Manong Joey.

"May malakas akong psychic ability. Nakapagbabasa ako ng isip ng tao. Mental telepathy. Mayroon din akong psychic navigation. Kaya kong alamin at sundan ang galaw ng isang tao, kung nasaan siya, lalo pa't nakilala ko na, narehistro ko na sa utak ko ang utak niya. Parang fingerprint ng isipan. Kapag nakuha ko na iyon, madali ka na naming sundan. Kaya naming malaman kung nasaan ka."

Hindi alam ni Janus kung ano'ng mararamdaman niya. Noon pa pala siya sinusundan. May sumusubaybay sa kilos niya nang di niya nalalaman.

"Nang nauso ang iba't ibang teknolohiya, radyo, TV, at ngayon nga, itong iba't ibang gadget, ang mga computer, nalaman kong kaya ko ring apektuhan ang mga makina. Na kung tutuusin ay mas malakas ang kakayahan ng isip ko kapag konektado sa makina. Kung anuman ang gusto mong itawag dito. Cyberkinesis. Technopathy. Kaya kong makipag-ugnayan sa ibang mga makina gamit lang ang utak ko. Halimbawa, wala talaga akong cellphone. Wala akong ginagamit na cellphone. Wala rin akong computer kapag nakikipag-chat sa iyo sa FB. Sa isip ko lahat iyon. At dumarating din sa isip ko ang sagot mo. Kaya nauutusan ko rin ang computer na gamitin ang paraan ng pagtsa-chat ng kabataan, pati sa text."

Tiningnan ulit ni Janus ang text message sa phone niya. May dumating ulit na text. Galing ulit sa number ni Manong Joey: Alam kong hindi ka matatakot. Inaasahan mo na rin ito. Mas matindi pa rito ang nakita mong nangyari sa kaibigan mo, hindi ba?

Wala na ang text spelling at parang kabataan ding pagte-text ng inakala niyang basta Joey lang. Si Manong Joey na ito. "Pero wala po bang nagte-text sa ibang lugar?" Puwede naman iyon, hindi ba? Na may ibang nagte-text gamit ang number nito.

"I-dial mo. Tawagan mo."

Tinawagan ni Janus ang number. *The number you dialed is not yet in service.*

"Ngayon, tatawagan kita."

At nakita nga ni Janus na tumatawag ang number ni Manong Joey. "Ano po'ng gagawin ko?"

"Sagutin mo."

Tinanggap ni Janus ang tawag at itinapat ang telepono sa tenga niya. "Hello."

"Alam kong naniniwala ka. Alam ko ring kailangan mo lang marinig ito," sabi ni Manong Joey na siya ring narinig ni Janus sa boses na nasa kabilang linya.

Ibinaba na ni Janus ang cellphone. "K-kayo po ba ang may gawa ng nangyari kina Harold?"

"Alam mo ring hindi, Janus, kung hindi'y hindi mo na itatanong iyan, matatakot kang itanong sa akin iyan kung iniisip mong kami ang pumatay sa kanila, hindi ba? Pero totoong ginawa namin ang TALA para makakuha ng mga partikular na detalye tungkol sa mga player. May hinahanap kami…"

"Iyon pong tiyanak?"

"Naikuwento na ba sa iyo ni Renzo?"

Tumango si Janus.

"Pero meron akong hindi pa nasasabi sa kaniya," tumingin si Manong Joey kay Renzo. "Ngayon mo lang din ito maririnig, Renzo. Ikinuwento mo na kay Janus ang tungkol sa tiyanak ng Tábon…iyong tiyanak na nagpakita sa iyo…" Bumaling ng tingin si Manong Joey kay Janus. "At sa tatay ni Janus…"

Si Renzo naman ang napamulagat. Tumingin ito kay Janus na parang nagtatanong kung bakit hindi nito sinabi iyon. *Hindi pa kita kilala,* iyon ang sinabi ng bilugang mga mata ni Janus kay Renzo bago sila sabay na bumaling kay Manong Joey para marinig kung ano ang gusto pa nitong sabihin.

"Nagmula ako sa angkan ng mga Bagáni. Naglalaro ka ng TALA, Janus, alam mo kung ano iyon. Totoong may mga Bagáni, tulad ng mga bayani sa epikong binabasa ninyo sa klase. Iyong dugo ng Bagáni ang nagbigay ng kakayahan kong ito. At bilang may dugong Bagáni, hindi lamang kakayahan ang naipasa sa akin, kundi pati mga kuwento. Mas matanda ako kaysa sa hitsura ko, Janus. 82 na ako, pero mas mabagal nang kaunti kaysa karaniwan ang pagtanda ko, ang pagtanda ng mga tulad namin. Ganoon ang mga Bagáni. Kaya nga, hindi ako nag-asawa. Ayokong pagdaanan ang lungkot ng mga lalaki sa angkan naming nakita ang pagtanda at pagpanaw ng mga minahal nila. Mas masuwerte ang nakatatagpo ng minamahal na kapwa niya bagáni. Isa pa, hindi ako sigurado noon kung gusto kong maipasa pa itong dugong ito sa magiging anak ko. Na pinagsisisihan ko ngayon. Dahil sa Tiyanak. Naging makasarili ako.

"Naikuwento na sa iyo ni Renzo na sa Tábon isinilang ang Tiyanak sa mundo. Pero, Janus, Renzo, ang hindi pa ninyo alam, nang namatay umano ang ama ng Tiyanak matapos dukutin ng Tiyanak ang bituka't lamanloob nito mula sa gilid ng tiyang sinaksak ng babae, lumabas na ng kuweba ang Tiyanak. Noon na nagsimula ang pagpapalit-palit ng anyo nito bilang iba't ibang bata upang isakatuparan ang sumpa ng ina.

"Kapag inisip mo, mabuti nga iyon sa mga pumapatay ng anak hindi ba? Sa mga magulang na nananakit ng anak nila. Na dapat ngang tulungan pa natin ang tiyanak na ito. Pero hindi e. Bukod sa pagpatay ang ginagawa niya, at kahit ano pang sabihin natin, pagpatay iyon, hindi ba...pero... habang tumatagal, nagiging isang laro sa Tiyanak ang lahat. Ang bigat ng pagpatay ay nawawalan ng saysay at nagiging isang laro sa paningin ng paslit na daang libong taon nang nabubuhay. Ang buhay niya ay nakasalalay sa panlilinlang at pagpaslang. Kapag hindi siya nagwasak ng pamilya't buhay ng iba, nanghihina ang Tiyanak. Nasa pagpapanggap niya bilang ibang bata bago paslangin ang buo-buong pamilya...naroon ang kapangyarihan ng Tiyanak. Doon siya nabuhay. Doon siya patuloy na nabubuhay. At iyon ang nakatatakot. Hanggang kailan? Ilan pa ang mapapaslang nito? Sinasabing ang Tiyanak ang dahilan ng lahat ng mga krimen sa loob ng pamilya. Amang basta nabaliw at pinagsasaksak ang asawa't mga anak bago nagpatiwakal. Anak na binaril ang mga magulang bago tinutukan ang sarili. Inang nilason ang sariling mga anak. Sa lahat ng iyon, naroon umano ang Tiyanak. Ang Tiyanak ang totoong salarin.

"Pero may kakambal ang Tiyanak. Mayroon pang batang isinilang ang nanay niya paglabas ng Tiyanak sa kuweba. Babae. Itong batang ito ang dinatnan ni Pilandok, isang taong usa. Tumatakbo-takbo si Pilandok noon sa gubat malapit sa bungad ng kuweba nang marinig niya ang uha ng sanggol. Dinatnan niyang wala nang buhay ang nanay nitong tupók na ang ulo sa apoy. Nagsatao noon si Pilandok upang kargahin ang bata at saka siya tumalilis ng uwi. Nagtaka ang asawa niyang buntis pa naman noon kung saan nanggaling ang sanggol. Ikinuwento niyang kinaawaan niya ito nang makitang umiiyak katabi ng namatay na ina. Nabigla umano siya't dahil walang ibang tao, dinala na niya ang sanggol bago datnan ng ibang hayop o halimaw.

"Kinagabihan, nagpakita si Bathala sa panaginip ni Pilandok. Sinabi nitong anak niya ang sanggol sa babaeng mortal na nagngangalang Alindog. Na siya ang totoong ama nito. Na kailangan umanong pangalanan itong Tala dahil ito ang magbibigay ng liwanag sa pinakamadilim na gabi. Ito rin ang magsisilbing gabay ng tao sa paglalakbay. Na darating ang araw na ililigtas nito ang lahat sa kadilimang ihahasik ng kakambal nitong Tiyanak. Na dahil piniling alagaan ni Pilandok ang sanggol ay padadaluyin ni Bathala rito ang dugong magsisilbing tagabantay kay Tala. Kailangang alagaan umano si Tala dahil ito ang magliligtas sa pagkalipol ng mga tao, ng mga Bagáni't ng mga Púsong, ng lahat ng nabubuhay sa mundo."

"Totoong may Tala," sabi ni Janus. "Ginawa ninyo ang TALA para hanapin si Tala. Ang totoong Tala. Pero bakit? Ano'ng kinalaman nito?"

"Hindi ko makikita si Tala. Wala akong kakayahang matagpuan si Tala. Kung may isang hindi saklaw ang kakayahan ng isip ko, iyon ay ang matagpuan ang lokasyon niya. Kaya ang hinahanap ko'y ang may dugong Púsong. Ang inapo ni Pilandok na makapagtuturo ng kinaroroonan ni Tala. Noon, nangako ang Unang Bagáni na poprotektahan si Pilandok at ang angkan nito bilang tagapagbantay ni Tala. Nakarating na sa kanila ang balita tungkol sa Tiyanak na marami nang napaslang na mga bata't buong pamilya sa isla-isla't bayan-bayan. Sang-ayon sa panaginip ni Pilandok, si Tala lang ang makapapaslang sa Tiyanak, tulad ng naging pagpaslang ng amang mortal nito sa kakambal niya sa kuweba. Ang dugong Bathala na taglay ni Tala lang ang kayang manaig sa sumpa ng inang nasa dugo't bumubuhay sa Tiyanak. Pinatira ng Unang Bagáni ang pamilya ni Pilandok sa sarili nilang torogan.

"Pero nalinlang ng Tiyanak ang Unang Bagáni. Nakapagpanggap ito bilang ang anak niya mismo, na nauna na pala nitong pinaslang nang isinilang. Pinalaki niya't akala'y nagpapalaki siya ng sariling anak. Ng tagapagmana hindi lang ng bayan, kundi ng pananagutang protektahan si Tala at ang mga tagabantay nitong Púsong.

"Si Tala naman ay parang araw lang ang lumilipas sa bawat paglipas ng taon. Halos hindi ito nagbabago ng anyo bilang isang sanggol. Ganoon kabagal ang pagtanda nito bilang may dugong Bathala. Kailangang protektahan si Tala hangga't hindi pa ito nagkakaroon ng sapat na lakas at karunungan upang labanan at talunin ang kakambal niya. Pero mukhang alam ng Tiyanak iyon. At anumang nilalang, kung kaya rin lang niya'y pipigilan na habang maaga ang anumang bagay na maaaring pumaslang sa kaniya balang-araw. Isang gabi'y akmang sasakmalin na ng Tiyanak na nagpapanggap na anak ng Unang Bagáni ang sanggol na si Tala nang maramdaman ni Pilandok ang panganib. Na may mali. Napabangon ito sa pagkakahiga at nang makita ang anak ng Unang Bagáni palapit kay Tala, itinulak nito ang bata palayo. Nasaksihan iyon ng Unang Bagáni na sinundan pala ang sariling anak. Nagulat ito sa inasal ni Pilandok. Pinagpaliwanag nito si Pilandok kung bakit ginawa niya iyon sa anak. Sinabi ni Pilandok na iyon ang Tiyanak. Hindi makapaniwala ang Unang Bagáni. Umiiyak na ang anak niya. Nagsusumbong itong nasaktan siya.

"Dahil hindi alam ni Pilandok kung paano huhulihin ang Tiyanak, kung paano ito mapaaamin kaya nagpasiya siyang umalis. Ayaw niyang magkasamaan pa sila ng loob ng Unang Bagáni, kaya nagpaalam siya sa kaibigan. Hindi naman siya pinigilan ng Unang Bagáni. Mas nagtataka ito kaysa galít sa naging takbo ng mga pangyayari, pero hindi niya matatanggap na may mananakit sa anak niyang tagapagmana.

"Nang aalis na si Pilandok buhat-buhat si Tala, sa tákot marahil na makalayo ang mga ito't hindi na siya puwedeng manatili sa bahay ng Bagáni kung wala na roon ang pakay, saka lumitaw ang totoong anyo ng Tiyanak at dinaluhong si Pilandok.

"Nang makita iyon ng Unang Bagáni, ang laki ng pagsisisi nito't agad na humarang sa Tiyanak upang makatakas sina Pilandok. Kahit nasa anyong tao'y tila mga paang-usa naman ang pagtalilis ni Pilandok kasama ang asawa niya at ang anim na taon na nila noong anak. Malaki na ito kahit nauna pang isinilang si Tala. Bago umalis ay sinabi ni Pilandok na ipagkakatago-tago nila si Tala hanggang sa dumating ang panahong handa na nitong harapin ang Tiyanak. Ang may dugong Púsong lang ang magsisilbing paralumang may kakayahang makasumpong sa kinaroroonan nito. Nangako naman umano ang Unang Bagáni na ipagtatanggol ng lahi niya ang mga tao laban sa Tiyanak at sa panlilinlang nito hangga't hindi pa bumabalik si Tala."

"Pero…ano pong…kinalaman ko rito?" bilugang-bilugan ang mga mata ni Janus sa pagtataka, tulad ng isang usang nakakita ng halimaw sa unang pagkakataon.

SERGIO

Tiningnan munang mabuti ni Manong Joey si Janus bago sinagot ang binatilyo.

"Hanggang ngayon, hinahanap ng Tiyanak si Tala. Kapag napatay niya ang kakambal, wala nang pipigil sa kaniya. Wala nang makapapatay sa kaniya. Libong taon na ang lumipas. Hindi natin alam kung ano na'ng hitsura ni Tala ngayon. O kung buhay pa ba siya. Pero kung ang isang araw sa buhay ni Tala ay bumibilang ng taon para sa tulad ng karaniwang tao, o kahit pa nga sa bagáning tulad namin, maaaring buhay pa siya ngayon, hindi lang natin alam ang edad. O kung naalagaan nga ba siya. Kung nabantayan talaga siya't naitago nang mabuti ng angkan ng púsong. Pero dahil naghahanap pa rin ang Tiyanak, kaya malamang na buháy pa. Alam niyang buháy pa ang maaaring pumatay sa kaniya.

"Ngayon, Janus, alam mo na siguro ang ibig sabihin nito... Nag-uunahan kami ng Tiyanak sa paghahanap sa may dugong púsong, dahil iyon ang makapagtuturo sa kinaroroonan ni Tala. Or at least, gusto kong matiyak na hindi niya makikita si Tala. Kaya naman, lahat ng alam kong pinagpakitahan ng

Tiyanak, sinusundan ko na rin. Pinababantayan ko, dahil hindi ko naman mapoprotektahan sa isip ko lang. Kailangang may naroon talaga. Hindi lang ako ang may dugong Bagáni, Janus. Marami kami. Makikilala mo sila balang araw. Inako na namin itong pananagutang ito na protektahan ang lahat ng maaaring biktimahin ng Tiyanak. Ang Tiyanak ang ninuno ng lahat ng dilim dito sa atin. Lahat ng ibang nilalang, nilikha ng Tiyanak para makatulong niya sa paghahanap kay Tala.

"Kaya si Renzo, ang Papa mo, ikaw…ilan lang sa mga sinusundan namin. Hindi namin alam kung sino sa inyo ang may dugong Púsong, at ayaw naming gumawa ng aksiyon hangga't hindi kami tiyak dahil baka nga lalo pa itong ikapahamak ni Tala. O ninyo mismo. Baka kapag hindi kami nag-ingat ay hindi sinasadyang kami pa ang makapagturo sa Tiyanak sa kinaroroonan ng kakambal niya. Hindi bale kung handa na si Tala, hindi ba? Pero hindi natin alam. Walang nakaaalam. May kalkulasyon kami kung ilang taon na siya ngayon, pero maaaring mali kami. Tulad ng sabi ko, wala kaming balak na gawing aksiyon, ni wala akong balak makipagkilala sa iyo, kung hindi nangyari itong mga pagpatay na ito.

"Tulad ng sinabi ko sa iyo, dalawa kaming nagbuo ng TALA. Hindi tatlo, tulad ng isinusulat namin sa releases. Walang LOG, ECS, at JAP. Panliligáw lang iyon sa nagtatangkang umalam. Walang kahulugan ang mga iyon. Ako ang nagpasimula ng proyekto. Ang layunin ko noon, sa pamamagitan nito, mas madali kong mapapasok ang isip ng mga tulad ninyo. Mas malakas nga ang psychic ability ko kapag ang taong ibig kong gawan ng koneksiyon ay konektado sa isang bagay na elektroniko't mekanisado, tulad ng computer, at gumagana ang isip, nag-iisip sa matagal na panahon habang konektado sa computer na iyon.

"Noon ko naisip na isang komplikadong laro ang kailangan ko. Iyong larong pagbabababaran ng mga tulad mo, pero hindi pasibo ang pagharap, dahil kailangan ko ring malaman ang mga laman ng utak mo. Kumbaga sa computer, mas madaling makita ang laman ng active programs, ng active files. Kailangan kong buksan ang pinto ng isip mo para makapasok ako. Para malaman ko kung ano'ng alam mo, kung ano'ng iniisip mo. Marami kayong sinusubaybayan ko...namin. Kahit sa ibang bansa, meron. Hindi natin alam, baka wala na rito sa Filipinas ang may dugong Púsong. Na baka kaya hindi makita ng Tiyanak ay dahil matagal na palang nangibang-bayan ang mga Púsong kasama si Tala, o kasama ang lihim sa kung nasaan si Tala. Pero marami na ring kampon ang Tiyanak sa iba't ibang panig ng mundo. Iba't ibang maligno't halimaw sang-ayon sa init at lamig ng bayan nilang pinagmulan.

"Pero noon ngang may mga namatay sa unang pagkakataon—lima—habang naglalaro ng TALA, 2010 iyon, sa Quezon City, noon pa lang, nalaman ko nang may mali. Bakit nangyari iyon? Hindi dapat nangyari iyon. Kinokontak ko ang kaibigan ko noon, 'yung katuwang ko sa pagdidisenyo ng TALA. Ano itong nangyari, bakit may mga namatay? Naniwala akong may dugong Bagáni rin siya, kaya niya naiintindihan ang mga sinasabi ko, ang ginagawa namin. Nagkakilala kami noon pang 1990's. Sa relief operations sa Pampanga dahil sa lahar. Naramdaman ko na agad noon, kapareho ko siya. Sinubok ko, pakonti-konti, hanggang sa nakumbinsi akong Bagáni rin siya. Kaya niya ring gawin ang mga nagagawa ko. Tapos, eksperto pa siya sa IT, sa game design. Isa sa mga unang nagtapos at naging eksperto sa interactive gaming dito sa atin. Naging magkaibigan kami.

"Pero nung nangyari 'yung unang kaso noon, noon ako napaisip na, teka, bakit mas mabilis siyang tumanda sa akin? Bakit ang laki ng itinanda niya kompara sa akin simula nung una ko siyang makita samantalang halos magkasing-edad lang kami? Akala ko nga noon, natulad ako sa Unang Bagáni, sa ninuno namin, baka kasama ko na pala itong Tiyanak na ito, wala pa akong kamalay-malay. Pero hindi, wala pang kuwentong nakapag-anyong matanda ang Tiyanak. Laging bata lang ang nagagawa nitong ibang anyo. Pero sino'ng makapagsasabi, di ba? Libong taon na ang lumipas.

"Noong hindi na sumasagot ang inakala kong kaibigan ko, noong hindi na siya nagpaparamdam, noon ako nanaliksik, noon ko inalam kung ano ang nangyayari. Alam ko na simula pagkabata, itinuturo ito sa aming mga Bagáni, pero noon ko lang halos natanggap na talaga ngang lahat ng kilala nating nilalang ng dilim—mananananggal, aswang, taong pugot, tikbalang, mangkukulam, at iba pa, lahat sila, katha ng Tiyanak. Oo, ang Tiyanak na iyon ang pinagmulan ng lahat ng ito. Siya ang naglalaro sa buhay ng mga tao noon pa. Ginawa niya ang lahat ng iyon para tiyaking mababaling sa iba ang pansin ng mga tao samantalang hinahanap niya si Tala, si Tala na tanging makapapaslang sa kaniya.

"Noon ko na-realize na nabarang ako, binarang ako. At matagal nang iplinano iyon. Noon pang nagkita kami sa Pampanga, noon pa, planado na iyon. Hanggang sa buong panahong binubuo namin ang TALA. Binarang niya ako para hindi siya makilala at akalain pang kagaya kong may dugong Bagáni. Bumibigat pa rin ang dibdib ko kapag naiisip iyon. Hindi ko alam kung dahil sa pride, na napakatanga ko namang Bagáni dahil hindi ko siya nakilala. O dahil itinuring ko talaga siyang kaibigan. Itinuring ko nga siyang higit pa sa kapatid. Humina ang bisa ng barang niya sa akin nang matagal na kaming di nagkikita. Kaya nga napansin ko rin ang mas mabilis niyang pagtanda kaysa sa akin. Noon ko binalikan ang disenyo ng TALA na pinagtulungan naming buuin.

"Natuklasan kong nilagyan din pala niya ng barang ang laro nang hindi ko nalalaman. Kapag nalampasan ang ikalimang aswang sa Level 8, papasukin ng barang ang loob ng bata upang saliksikin ang loob nito para sa Paraluman, ang pinaniniwalaang nasa dugong Púsong na magtuturo sa kinaroroonan ni Tala. Subalit kung wala pala sa bata ang dugong Púsong, matutupok ang katawan ng naglalaro. Parang buga ng apoy sa bunganga ng Sigbin na nagmumula sa loob ng bata. Hanggang sa tupukin ang loob niya't magsaabo tulad ng sinindihang katol... at magbitak ang mga balat sa katawan. Siyempre, ginawa niya iyon upang maunahan nila akong masaliksik ang kaloob-looban ng utak ng bata.

"Pero hindi ko kayang tanggalin ang barang sa laro. Hindi ko na rin magagawang pigilan ang paglaganap ng laro, kahit gustuhin ko. Mahirap kontrolin ang isip ng isang buong bayan.

Bukod sa mas delikado ang maaaring maging epekto niyon. Ang solusyon ko noon, maglabas ng bagong bersiyon ng laro, i-upgrade ito para humirap, para lalong maging hindi madaling makarating sa Level 8 man lang. Pero siyempre, ang kapalit nito, maaaring hindi ko malaman ang gusto kong malaman mula sa isip ng mga naglalaro kung hindi sila lulubog nang lulubog pa lalo sa laro. Pero maisasakripisyo ko ba ang buhay ng inosenteng iba pa?

"Kaso, nangyari pa rin, may mga namatay pa rin. Ilan pang kasong hindi napabalita, bago nga nangyari iyong sa inyo sa Balanga. Alam kong nakaligtas ka. Naroon ako, naroon ang isip ko sa isip ninyo. Hindi kita nakikita pero hindi tulad ng mga kasama mo, alam kong nakaligtas ka. Buháy ka. Nasundan pa kita hanggang sa pag-uwi. Mas mahirap pumasok sa isip mo nang hindi ka na nakaharap sa computer, pero nasusundan ko pa rin ang galaw mo. Noon ko natiyak, may iba sa iyo. Na baka ikaw na nga ang hinahanap ko… namin, lalo pa dahil noon pa pinagtangkaang kunin ng Tiyanak ang ama mo.

"Pero kailangan nga nating maging maingat. Hindi ko alam kung ano na ang alam ng Tiyanak sa ngayon… at may isa ka pang dapat malaman. Totoong may isa pang nakaligtas na tulad mo."

Napakunot ang noo ni Janus. Tumingin siya kay Renzo. *Ikaw ba?* Umiling si Renzo.

"Pupunta rin siya ngayon. Maaaring mag-abot kayo, kung mahihintay mo pa siya. Si Sergio. Sergio Magsino."

Tiningnan ni Janus ang relo niya. Mag-aalas-dos pa lang. Kung darating na ngayon ang taong iyon, puwede pa siyang maghintay. Kahit alas-tres siya umuwi, makararating pa siya sa Balanga bago mag-alas-sais ng gabi.

"Kilala mo siya, Janus."

Kumunot ang noo ng binatilyo.

"Alam kong tinatawag n'yo siyang Boss Serj sa Internet shop."

"Si Boss Serj?"

"Oo, naglalaro rin siya nang gabing iyon, sa station niya. At kagaya ninyo, nakalampas din siya sa ikalimang aswang. Ang totoo, kagaya mo, malapit na rin niyang matapos ang Level 8. Pero dahil sa estasyon niya sa loob ng shop, una niyang nakita ang nangyari sa inyo."

"Pero nakita ko po siya, hinabol ko pa siya, nung Lunes lang. Nakita ko pa siya malapit sa Malakas. Tinitingnan niya ako. Bakit siya tumakbo? Bakit niya ako iniwasan?"

"Sa tákot. Tulad mo, hindi rin niya alam ang gagawin niya, kaya umalis siya agad at iniwan kayo nung mangyari ang insidente. Inasahan niyang mangyayari din sa iyo ang nauna nang nangyari sa iba. Kaya nagulat siya na nabuhay ka rin. Hindi niya rin alam ang gagawin. Matagal ko na rin siyang inoobserbahan. Ulila na si Sergio, tulad mo, Renzo. Ako ang gumawa ng paraan para maging tagabantay siya sa computer shop na iyon."

143

Naalala ni Janus ang ibang mukha na nagpa-interview sa TV Patrol. "Pero sino po iyong lumabas sa TV? Sino iyong nagsabing siya ang nagbabantay sa Malakas? Kayo rin ang nagpadala?"

Tumango si Manong Joey. "Oo. Hindi mo ba namukhaan? Maaaring hindi mo siya namukhaan dahil sa hitsura niya roon sa TV, pero nakita mo na siya. Nakikita mo na siya."

Inalala ni Janus ang hitsura ng lalaking napanood niya sa TV noong isang linggo. Pamilyar nga ang mga mata nito. Pero hindi niya maisip kung saan niya ito nakita.

"Siya ang tinatawag n'yong Bungisngis..."

"Si Bungisngis po? Pero..."

"Oo, kapatid ko siya, nakababatang kapatid. Si Nemesio. Isyo. Pero halos sitenta na ang edad niya bagaman mukha lang siyang trenta-kuwarenta anyos. Kailangan niyang gawin iyon para makalapit sa iyo, sa inyo, nang hindi n'yo halos napapansin. Tulad ng sabi ko, Janus, hindi namin alam kung ano na ang alam ng Tiyanak. Tinangka na niyang iligaw ang tatay mo noong bata ka. Malamang na balikan ka nito kung nasa inyo ang dugong Púsong."

"Hindi ba puwedeng pareho kami ni Boss Serj? Pareho kaming nagtataglay ng dugong iyan?"

"Maaari. Hindi natin alam. Hindi ko alam kung gaano karami ang nabubuhay mula sa lahing Púsong. Hindi ko rin masasabi kung gaano karami ang Bagáni. Kayo ang may hawak ng lihim ni Tala. Kami naman ang isa sa tagapangalaga ng mundo habang hindi pa handang harapin ni Tala ang Tiyanak. May mga iba pa, tulad ng mga Nunong nagligtas sa ama mo at kay Renzo noong bata pa sila, pero saka mo na sila makikilala."

"Paano po ba malalaman kung nasaan si Tala? Hindi po ba puwedeng malaman na ninyo ngayon? Kaharap ninyo ako, puwede ninyong basahin ang isip ko o pasukin ang isip ko o kung anumang kailangan n'yong gawin para makita si Tala."

"Puwede, puwede. Puwede kong subukin. Ang totoo, kanina ko pa sinusubok, kanina pa habang nagpapaliwanag at nagkukuwento ako sa iyo. Pero mahirap. Kung sakaling nariyan iyan, kailangan ng partikular na tindi ng brain neural activity para dumaloy ang pinakaubod ng dugo mo sa utak mo. Kaya namin ginawa…kaya *ko* ginawa ang TALA nang ganoon, para maabot ang ganoong tindi ng neural activity. Catalyst ang TALA para sa inaasahan kong brain activity na kinakailangan, at mahalaga iyong teknolohiya para mas mapagana ko nga ang kakayahan ko. Ibig sabihin, ang utak ko, nakikipag-usap sa makina, sa computer, at ginagamit iyon upang mapasok din ang utak mo. Pero hindi ito nakukuha sa simpleng text o pagta-type sa computer. Kailangan nga talagang may hyper activity sa utak. Kaya ganoon ka-intense ang TALA. Kaya ganoon katindi ang pagpapapagana sa utak sa proseso ng paglalaro. Kailangan ko iyon. Iyon ang mga susi ko para mabuksan ang mga pinto papasok nang papasok sa pinakautak ninyo. Hanggang doon sa pinakaubod, sa pinakasentro na ang dumadaloy na lang e ang dugong Púsong na biniyayaan ng Paraluman. Alam mo ba ang Paraluman, Janus?"

Umiling si Janus. Ang nasa isip niya, ang kanta ng Eraserheads. *Kamukha mo si Paraluman, noong tayo ay bata pa...* Na kahit na hindi na niya inábot, pinakikinggan pa rin ng klase nila. Lalo pa noong nasa grade school sila.

"Sa mga sinauna, mutya ang Paraluman, kasangkapan nila upang matukoy ang direksiyon, lalo pa sa paglalayag sa dagat. Na hindi nila maiiwasan, lalo na rito sa atin, na pulo-pulo, arkipelago. Sasabihin natin ngayong kamukha ang Paraluman ng compass, na laging nakaturo sa hilaga. Pero hindi natin alam ngayon kung ano talaga ang hitsura ng Paraluman noon. Bagay ba ito, o salita, o bulong tulad ng barang na inilagay ng inakala kong kaibigan sa ginawa naming TALA? O tao ba ito? Hindi natin alam. Baka tao rin talaga ang Paraluman. O nilalang na higit kaysa tao, tulad ng diwata o iba pang mga inapo ng Bathala. Hindi natin alam. Hindi rin tayo tiyak, bagaman mas malamang na hindi direksiyon lang ng mga destinasyon sang-ayon sa nilulubugan at sinisikatan ng araw ang kayang tukuyin ng sinaunang Paraluman. Mukhang may kakayahan itong talagang tukuyin ang mga tiyak na bagay o lugar o nilalang. Tulad nga ni Tala. Ngayon, kung anuman ang Paraluman, inilagay ni Bathala ito sa dugo ninyo, sa dugo ng mga Púsong, dahil sa ninuno mong si Pilandok na nag-ampon kay Tala. O maaaring ang dugo mismo ng lahing Púsong ang Paraluman."

"Paano po natin malalaman... Ibig pong sabihin, kailangan kong..."

"Oo, Janus, kailangan mo—kayong dalawa ni Sergio—baka kailangan ninyong maglaro ulit ng TALA. Pero tulad ng alam mo, mahirap ito. Hindi tayo tiyak kung bakit kayo nakaligtas sa unang pagkakataong nalampasan ninyo ang ikalimang aswang sa Level 8. Paano kung mali ako? Paano kung wala roon ang barang? O baka may iba pang barang sa loob ng laro. Maaaring mangyari sa isa sa inyo, o sa inyong dalawa mismo, ang nangyari sa ibang mga bata. Hindi ko alam kung kaya kong hilingin sa inyo ito."

"Pero sinasabi po ninyo ito ngayon kasi..."

"Gusto kong may options kayo. Gusto kong alam ninyo kung ano'ng nangyayari. Para makapagdesisyon kayo kung ano sa tingin ninyo ang kailangan. Hindi ko kayo mapipilit. Kayo ang magdedesisyon."

"Wala na po bang ibang paraan…"

"Sa ngayon, wala…walang ganito kabilis. Maaari akong mag-develop ng panibagong larong kayang tapatan o higitan pa ang nagagawa ng TALA. Pero aabutin ako ng buwan para mabuo ang ganoong kompigurasyon. Hindi ito simpleng pagte-text lang o pakikipag-chat sa isip. Kailangang mag-exist ang laro bilang totoong laro, hiwalay sa utak ko. Kung hindi, maaaring projection ko lang ang mabasa ko roon. At wala tayong oras. Simula nang nangyari ang sa inyo sa Balanga, sunod-sunod na. Tingin ko'y ang Tiyanak mismo ang may pakana niyang Tournament na iyan para lumitaw ang pinakamagagaling.

"Mabuti nga't malaki na ang ibinaba ng bilang ng mga naglalaro ng TALA, dahil na rin sa babala ng mass media. Pero hindi pa rin natin alam ang maraming ibang lugar na naabot nito. At alam mo ba, may mga grupo pa ng kabataan na nabubuo ngayong hinahamon pa ito. Na sinusubok ang teoryang may kinalaman ang TALA sa mga sunod-sunod na pagkamatay, kaya lalo silang laro nang laro. Nakakatakot ito. May ilan sa kanilang umaabot na sa Level 8. May nakatatalo na hanggang sa ikatlong aswang. Kapag alam kong naaabot na nila ang tingin kong may barang na bahagi ng laro, gumagawa ako ng paraan para pigilan sila. Pinapatay ko ang computer, ginugulo ang koneksiyon online. Pero hindi ko kayang gawin iyon sa lahat. Hindi ko kayang tutukan ang lahat. Hindi namin kayang tutukan ang lahat. Mas marami pa rin ang mga tao kaysa sa aming Bagáni. Sa isang panahon, hanggang isang lokasyon lang ang kayang imapa't bantayan ng utak ko.

"Nagiging agresibo na ang Tiyanak. Nararamdaman kong dahil sa ikinikilos niyang ito, maaaring may alam siyang hindi natin alam. Maaaring handa na pala si Tala o na may ginagawa na si Tala para puksain siya. Pero hinala lang ang sa akin. Kung handa na nga si Tala, kailangang tayo ang mauna sa kaniya. Kailangang malaman natin ang kinaroroonan niya. Kapag nauna ang Tiyanak, at nalaman niya ang kinaroroonan ni Tala, hindi natin alam kung ano ang maaaring gawin ng Tiyanak sa mga Púsong na nagbabantay sa kakambal niya. Wala na silang gamit sa kaniya. At mas malamang na patayin niya ang mga ito upang hindi na natin malaman pa ang kinaroroonan ni Tala."

Kinabahan si Janus. Naisip niya ang Papa niya. Naisip niya si Juno. Kung may dugong Púsong siya, nakuha niya ito sa Papa niya. At mayroon din tiyak si Juno. Nanganganib ang Papa niya. Nanganganib si Juno.

"Si Papa, bakit hindi si Papa? Sabihin natin ito kay Papa. Kung nagpakita na sa kaniya ang Tiyanak dati, maiintindihan niya ito. Baka may alam pa siya sa kinaroroonan ni Tala." Naisip ni Janus na posibleng iyon ang dahilan kaya ayaw nang bumalik ng ama niya sa Infanta. Maaaring tinatakasan nito ang responsabilidad bilang Púsong, maaaring hindi nito alam na ganito katindi ang kahihinatnan kung hindi mapapaslang ni Tala ang Tiyanak. O maaaring hindi ito naniniwalang may Tala, may Tiyanak, may mga ganitong kuwento.

Nagulat si Janus sa reaksiyon ng tingin nina Manong Joey at Renzo sa kaniya.

"Bakit po, hindi ba maaaring si Papa? Kung may dugong Púsong ako, kung nasa dugo ko ang Paraluman na iyan, kay Papa ko nakuha iyan. Totoong anak naman ako ni Papa, di ba, alam n'yo ngang pinagpakitahan siya ng Tiyanak noong bata pa siya, di ba... tulad ni Renzo? Makatutulong sa atin si Papa..."

Tumango si Manong Joey. "Oo, anak ka ni Juanito... pero, Janus..."

Hindi alam ni Janus kung ano'ng sasabihin ng mga ito pero halata sa mukha ng mga ito ang pagkaawa sa kaniya at matinding pagkabahala.

"Bakit po, Manong Joey...?"

"Tatlong taon nang patay ang Papa mo, Janus..."

KABANATA·X

DO-OL

Hindi na malinaw kay Janus kung ano ang mga sumunod na nangyari. Basta't nang marinig niya ang sinabi ni Manong Joey, parang naging sinlaki ng balisong ang dilang-karayom ng Manananggal sa puso niya at pinaikot-ikot iyon sa ubod nito. Hindi niya maipaliwanag ang sakit. Hindi na niya alam kung nakapagsalita pa ba siya, kung nakapagtanong pa siya, pero naaalala niyang patuloy sa paglilinaw si Manong Joey.

Nasa loob na sila ng kotse nito, ito mismo ang nagmamaneho papunta sa Balanga. Kailangan nilang magmadali. Nag-text si Manong Isyo, na sinubok nitong sundan si Serj sa pagluwas para tiyaking pupunta rin ito sa Megamall para maipaliwanag ni Manong Joey ang nangyari, pero hindi na umano mabasa ni Manong Isyo sa mapa ng isip niya kung saan ito nagsuot. Parang cellphone na nawalan ng signal, nawalan ng baterya. Hindi niya alam kung nasaan ito. Sinubok na umano niyang tawagan ang totoong cellphone nito. Wala. Sinubok din ni Manong Joey, sa pamamagitan lang din ng isip niya. Wala talaga. "Huwag naman sana, pero maaaring may nangyari kay Sergio," sabi ni Manong Joey sa kanila. Kung ito ang may dugong Púsong, maaaring alam na ng Tiyanak kung nasaan si Tala. Kung hindi, at si Janus ang totoong may taglay nito, kailangan nilang unahan ang Tiyanak. Pero sino itong matagal na palang nagpapanggap na Papa ni Janus?

Kumikirot ang dibdib ni Janus. Hawak niya ang USB na regalo ni Mica't nakasabit sa leeg niya, at idinikit ito sa mga labi niya. Para siyang nagdadasal na hindi. Delikado ang Mama at kapatid niya kung hindi na nga ang Papa niya ang kasa-kasama nila may tatlong taon na. Naaalala ni Janus, iyon ang panahong akala niya'y hindi siya makaka-graduate ng Grade 6. Iyon ang panahong sinimulan din siyang saktan ng Papa niya. Akala niya'y dahil lang sa mga ginagawa niyang kalokohan. Dahil sa pagpapasaway niya. Pero ngayon, heto't sasabihin nina Manong Joey na isa iyon sa dahilan kaya nagpasya silang bantayan siya mismo ni Manong Isyo. Kung bakit ito lumipat sa Balanga para mabantayan siya. Simula nang mawala sa mapa ng utak nila si Juanito. Iyon din ba ang panahong tumigil ito sa pagtawag ng Jan-jan sa kaniya?

Kung totoong walang kakayahan ang Tiyanak na mag-anyong matanda, malamang umanong Do-ol ang salarin. Ang Do-ol na may kapangyarihang magsabulag sa kanilang may dugong Bagáni, samantalang may kakayahang gayahin ang anyo ng iba. Hindi nila nakikita. Hindi nasasagap ng paningin at pag-iisip nila, na naroon ito't patuloy na nakikipamuhay bilang si Juanito kina Janus.

"Noong namatay ang Papa mo, sising-sisi ako," sabi ni Manong Joey habang nagmamaneho. Nasa SLEX na sila noon.

Mag-isa sa likod si Janus habang katabi ni Manong Joey si Renzo sa unahan. "Naisip ko na, naramdaman ko nang puwedeng mangyari iyon. Dapat, noon ko pa siya kinontak. Alam ko nang pinagpakitahan ulit siya ng Tiyanak, tulad nitong si Renzo. Naroon na ang lahat ng tanda, ang kakaibang galaw ng utak niya nang mga panahong iyon. Halo-halong gúlat, gálit, tákot, pag-aalala. Pero naghintay pa ako. Tiningnan ko muna kung ano'ng magiging galaw ng Tiyanak. Ang Papa mo lang noon ang koneksiyon ko sa Tiyanak. Hindi ko alam ang galaw ng Tiyanak. Hindi ko siya kayang imapa sa utak ko. Kailangan ko ang Papa mo para magkaroon ng koneksiyon sa Tiyanak. Kaya hindi ako nagparamdam. Hinayaan ko lang. Nagtatalo kami noon ni Isyo. Sabi niya, kausapin ko na. Mabuti nang protektado ito. Mabuti nang alam nito ang kinakaharap. Pero nagmatigas ako noon. Sabi ko, kapag kinontak namin ang Papa mo, baka magbago ng estratehiya ang Tiyanak. Ugat ng Panlilinlang ang Tiyanak. Mas magaling siya sa larong iyon. Kapag nalaman niyang alam na namin na nakipagkita na siyang muli sa Papa mo, baka lalong ikapahamak ng Papa mo.

"Pero mali nga ako. Nangyari isang gabi iyon. Parang sasabog ang utak ko noon. Nang maramdaman ko pa lang ang takot sa utak niya. Nag-text na ako sa kaniya, ginamit ko ang number ng Mama mo. Sinabi kong umuwi na at may problema ka sa school. May kailangan kayong pag-usapan. Hindi man lang niya nabuksan ang message kong iyon. Bago pa niya mabuksan ang message, nilapa na siya ng Tiyanak o anumang nilalang na alagad ng Tiyanak na maysabulag. Hindi ko nakikita sa isip ko. Pero unti-unting nanghina ang presensiya ng Papa mo sa utak ko, hanggang sa tuluyan na ngang maglaho. Hinang-hina ako. Sising-sisi ako.

"Pansamantalang nawalan ako ng tuon noon. Si Isyo ang nag-ayos ng lahat, si Isyo ang nagpaalala ng kailangan naming gawin. Na huwag ulit akong matulad sa ninuno namin. Halos kasabay rin kasi nito nung matuklasan ko ang pambabárang sa akin at sa TALA ng ikinuwento ko sa iyong inakala kong kaibigan ko nang mahigit dalawampung taon! Gulong-gulo ang isip ko noon. Si Isyo, si Isyo ang nag-ayos ng lahat. Sabi niya, kung ginawa ng Tiyanak iyon sa Papa mo, Janus, maaaring may nakuha itong impormasyon. O wala. Wala pa. At delikado ka. Kayo ng Mama mo. Siya ang nagdesisyong lumipat sa Balanga. Nag-iiba-iba siya roon ng ginagawa. Hindi lang ang nakilala n'yong Bungisngis. Isa lang iyon sa mga pagpapanggap na kailangan niyang gawin para makalapit sa iyo nang hindi ka nakakahalata, nang hindi mo nalalaman. Para maprotektahan ka nang hindi rin nalalaman ng Tiyanak.

"Pero alam mo ngang libong taon na simula nung isinilang sa Tábon ang Tiyanak. Napakarami na nitong nabuong ibang nilalang ng dilim. Dahil sa mga iyon na naging katuwang niya, dumami nang dumami ang kaya niyang gawin. Hindi na lang siya ang nakapagbabagong anyo. Maraming iba pa. Tulad nga ng malamang ay Do-ol na nagpapanggap ngayon bilang Papa mo sa inyo at sa ibang tao. Malamang na Do-ol din ang nagpanggap na lolo ng Papa mo sa kaniya noong bata pa siya. Mukhang nilikha ng Tiyanak ang Do-ol dahil hindi niya mismo kayang mag-anyong matanda. Pero tulad niya, maysabulag sa may dugong Bagáni na tulad namin ang Do-ol.

Iyon ang pagkakamali namin. Masyado kaming nagtuon sa iyo mismo, sa paglalaro mo ng TALA. Hindi namin nabasa ang mga ikinikilos mo kapag hindi ka naglalaro, kapag nasa bahay ka lang. Ni hindi namin napagtuunan ng pansin ang mga iniisip mo tungkol sa Papa mo. Kapag iniisip mo ang Papa mo, ang iniisip nami'y ang Papa mo noong nabubuhay pa siya. Walang-wala sa isip namin ito..." Halatang-halata ang pagsisisi sa tinig at hitsura ni Manong Joey. Nangyari na naman ito nang harap-harapan. Bakit laging ang hindi niya nakikita ay iyong napakalapit sa kaniya?

"Hindi rin po kami masyadong nag-uusap ni Papa...simula noon...simula noong Grade 6 ako. Kaya po siguro..." sabi ni Janus, bago nabasag ang boses niya at iyon na. Napahikbi siya ng isa at tuloy-tuloy na ang pagbagsak ng luha niya. Ang laki niya talagang iyakin. Matagal na hindi nagsalita sina Manong Joey at Renzo. Paminsan-minsang sinisilip ni Manong Joey si Janus sa rearview mirror. Nakaliko na sila sa Exit papuntang Sto. Tomas nang magsalita ulit si Janus. Napahid na nito ang lahat ng bakas ng luha sa mukha.

"Si Mica po...may alam po ba kayo sa nangyari kay Mica?"

Matagal na hindi nagsalita si Manong Joey.

"Kayo po ba ang may gawa noon...o ang Tiyanak?"

Nagkatinginan sina Manong Joey at Renzo bago tiningnan ni Manong Joey sa salamin si Janus na naghihintay ng sagot mula sa kaniya. Napunasan na nito ang mga luha, pero naroon pa ang bakas ng malaking dalamhati sa natuklasan sa ama, at takot para sa ina at kapatid. Naiisip ni Janus, *baka huli na kami, baka wala na kaming datnan.* Pero tiniyak ni Manong Joey na binabantayan na ni Manong Isyo ang Mama niya. Na nagpapadala ito ng mensahe sa isipan ni Manong Joey, at ng text kay Renzo para makampante ang loob nila.

"Kinailangan naming ipalimot kay Mica ang lahat. Hindi siya ang hinahanap namin, at komplikasyon ang pagkakaibigan ninyo. Maaaring ikapahamak din niya."

Naiintindihan ng isip ni Janus ang ginawang iyon nina Manong Joey pero nagrerebelde ang puso niya. Pagkatapos ng nangyari kay Harold, si Mica na lang sana ang makakausap niya tungkol dito, tungkol sa mga nangyayari. Hindi na niya mayayakap at mahahalikan si Mica kahit kailan.

"May alam po ba si Mama tungkol dito?"

"Sa abot ng kayang pasukin ng isip ko, wala. Pagkakamali naming hindi namin siya pinagtuunan ng pansin. Sa amin ay basta napangasawa lang siya ng Papa mo. Kung may dugong Púsong sa pamilya ninyo, sa Papa mo ito nagmula, hindi sa kaniya."

"Kawawa naman sina Mama...si Mica..."

"Naiintindihan ko, Janus. Pero ngayon, kailangan nating mag-concentrate. Maaaring nasa panganib ang Mama mo. Hindi pa rin namin ma-trace ang Do-ol na nagpapanggap na Papa mo. Pero binabantayan ni Isyo ang Mama mo. Anumang palatandaang may kinakausap itong hindi niya nakikita, alam na niya ang gagawin. Kung mahuhuli ng utak niya ang posisyon nito, kaya niyang pasukin ang utak nito para mawalan ng bisa ang maysabulag nito."

"Handa na po ako..."

"Paanong handa na?"

"Kung kailangan ko pong mag-TALA, gagawin ko, para malaman ninyo kung nasa akin nga ang hinahanap n'yo."

"Hindi mo kailangang magpabigla-bigla. Hindi natin alam kung ano'ng alam ng Tiyanak ngayon, kung may nakuha ba siyang impormasyon kay Sergio, kung may kinalaman nga siya sa pagkawala nito."

"Gagawin ko rin po ito para sa pamilya ko," naisip ni Janus na hindi lang ito paghihiganti para sa ama, kundi pagliligtas sa Mama at kapatid niya. Siya ang inaasahan ni Juno. Nang ipanganak ito, nangako siyang magiging mabuting kuya siya. Na magiging totoong kuya siya. Ito na ang pagkakataon niya.

"Ayusin natin iyan pagdating natin sa Balanga," sabi ni Manong Joey. "May panahon ka pa para mag-isip. Mag-iisip din kami kung may ibang solusyon pa."

Wala pang trenta minutos, pumasok na sila sa arko sa bungad ng Balanga. Ayon sa huling update ni Manong Isyo, nagtatahi lang ang Mama ni Janus sa may salas. Hindi niya nararamdaman na naroon o umuwi na ang Do-ol. Pagkalipas ng mahigit lang sampung minuto, ipinaparada na ni Manong Joey sa tapat ng bahay nina Janus ang sasakyan. Naunang bumaba si Renzo. Binuksan nito ang pinto sa likod ng sasakyan para makababa na rin si Janus, dala naman ang back pack ng mga librong hindi naman niya pinag-aralan. Dinampot din ni Renzo ang bag na naglalaman ng laptop ni Manong Joey. Alam ni

Manong Joey na walang sariling computer sa bahay sina Janus. Kung magdedesisyon itong mag-TALA, at kailanganing ngayon na mismo, kailangan nila ng computer sa loob ng bahay.

Pagkapatay ni Manong Joey ng makina ng kotse, bumababa pa lang siya'y nasa bungad na ng gate ang Mama ni Janus. Natanaw naman ni Janus na nakaupong mag-isa sa bungad ng chapel na landmark sa tapat ng bahay nila ang isang lalaki. Nakamaong, malinis ang asul na t-shirt at mahaba ang buhok. Ang lalaki sa TV. Si Bungisngis. Si Manong Isyo. Hindi sila nilalapitan nitong parang hindi sila kakilala. Alam ni Janus na malamang na nag-uusap na sa isip ang magkapatid na Joey at Isyo.

Binuksan ng Mama ni Janus ang gate. Tinitingnan si Janus na parang itinatanong kung bakit may kasama itong mga lalaki pagkakita kina Manong Joey at Renzo. At kung bakit nakasakay ito sa kotse ng mga iyon.

"Magandang hapon po," bati ni Manong Joey. 5:25 PM sa cellphone ni Janus. Pero parang palubog na ang araw. Kanina pa makulimlim.

"Magandang hapon po naman," sagot naman ng Mama ni Janus. "Ano po'ng sa atin?"

"Inihatid po namin si Janus…"

"A, pasok po kayo, tatay po ba kayo ng kaklase nito…" Naalala ni Janus na ang paalam niya'y magrerebyu silang magkakaklase para sa quarterly tests nila sa susunod na linggo. Sa dami ng natuklasan niya ngayong araw, nawala na iyon sa isip niya. Biglang parang gusto niya ulit yakapin nang mahigpit ang Mama niya.

"A, hindi po..."

Napatingin ulit kay Janus ang Mama niya.

Ipinagpatuloy ni Manong Joey ang pagsasalita. "Ako na po ang magpapaliwanag sa loob...iyon po'y kung puwede po kaming tumuloy..."

Mabilis na nagtiwala si Aling Josie dahil inihatid naman ng dalawa ang anak niya sa bahay. "Naku sige po, sige po. Pasensiya na po kayo't medyo makalat lang ang bahay..."

"Kami po ang nang-aabala misis," sabi ni Manong Joey habang naglalakad papasok sa loob ng bahay. Itinuro ng Mama ni Janus ang mga sofa para upuan nila. Naupo naman si Manong Joey na tinabihan ni Renzo. "Narito po ba ang Mister ninyo?"

Sinilip naman noon ni Janus ang kuwarto ng mga magulang niya. Nakita niyang nakahiga roon si Juno, tulad kaninang umaga nang iwan niya ito. Bukas ang electric fan na nakatutok dito. Mukhang tulóg na tulóg. Nakahinga siya nang maluwag. Hinila niya ulit pasara ang pinto ng kuwarto.

"Bakit po, ano pong problema, may ginawa po ba si Janus?"

"Naku, wala po, misis. Mayroon lang sana akong ipaaayos."

"A ganoon ho ba, nabanggit pala ng anak ko na iyon ang ginagawa ni Juanito. Kumpu-kumpuni. Naku'y wala ho e. Kanina pa hong umaga umalis, nauna pa nga ho riyan kay Janus. Lagi hong ganoon ang alis noon, dahil kung sino-sino ang may ipinapaayos. Hindi nga rin ho rito nagtanghalian kaya mag-isa lang ako rito."

"Mga anong oras ho kaya ang balik niya?"

"Hindi ko lang ho alam. Baka ho darating na iyon...o kung minsa'y ginagabi rin iyon e. Hindi ko rin ho masabi. May number ho ba kayo kay Janus? Ipapa-text ko na lang."

"Puwede ho ba kaming maghintay, kung hindi ho ninyo mamasamain..."

Tumingin si Aling Josie sa anak bago muling nagbalik ng tingin kina Manong Joey. "Kayo ho. Hindi ko nga lang ho masasabi kung anong oras babalik iyon."

"Wala hong problema."

Bumaling si Aling Josie kay Janus. "Janus, i-text mo nga ang Papa mo." Tumango naman si Janus bagaman di siya makatingin nang tuwid sa ina. Hinarap namang muli ni Aling Josie ang mga bisita. "Kumain na ho baga kayo?"

"Huwag na ho kayong mag-alala, katatapos lang ho."

"Sige ho, kung wala hong problema sa inyo'y itutuloy ko muna ang pananahi ko't kukunin na sa akin ang mga ito bukas."

"Sige ho, sige ho, walang problema."

"Sige ho, maiwan ko na muna kayo riyan. Kung gusto ho ninyong buksan ang TV..."

"Huwag na ho...ayos lang ho kami..."

Tumayo na si Aling Josie at bumalik sa pananahi. Hindi naman alam ni Janus ang gagawin. Naupo ito sa sofang isahan sa kanan nina Manong Joey. Hindi niya alam kung gusto niyang bumalik ang Papa niya. Sa puso niya, kahit sinasaktan siya nito, gusto niyang mapatunayang baka nagkakamali lang sina Manong Joey. Walang Do-ol. Buhay pa talaga ang Papa niya. Pero kung totoong hindi na iyon ang Papa nila, kinakabahan siya para sa Mama niya at kay Juno. Ano ang gagawin nito sa kanila?

Nag-vibrate ang phone ni Janus. Text ni Manong Joey: Huwag kang kabahan. Kaya namin ni Isyo ang Do-ol. Walang mangyayari sa Mama mo.

Nag-reply si Janus: tnx po.

Nag-text ulit si Manong Joey: Dala namin ang laptop. Naka-install ang TALA. Kung anumang desisyon mo, magsabi ka lang at iaabot sa iyo ni Renzo. Puwede mong simulan sa kuwarto mo para hindi magtaka ang Mama mo. Nasa iyo. Pero pag-isipan mong mabuti.

Naisip ni Janus na kung hindi niya gagawin ito, hindi rin sila tatantanan ng Tiyanak. Kailangan niyang protektahan ang Mama niya at si Juno. Siya ang panganay. Kung wala na ang Papa niya, at tama ang hinala nina Manong Joey, nasa kaniya ang dugong Púsong. Hindi niya ipapaako sa nakababata niyang kapatid ang responsabilidad na iyon. Ano'ng alam nito sa TALA? Ano'ng alam nito tungkol sa Púsong at Paraluman? Siya nga'y ginulat lang ng lahat ng ito ngayon. Nakaramdam din siya ng matinding panghihinayang at bahagyang inis sa Papa niya. Bakit hindi nito ikinuwento sa kaniya? Bakit hindi siya nito tinulungang maghanda? Masyado pa ba siyang bata sa paningin nito?

Nag-text si Janus: cge po. Iro po me.

Hindi pa halos naipadadala ni Janus ang text niya, nagsalita na si Manong Joey. "Janus, puwede bang pakihabilin muna nito sa kuwarto mo?" At kinuha ng matanda ang bag na may laptop kay Renzo at iniabot iyon kay Janus. Napatingin naman si Aling Josie sa kanila. Pero bumalik din agad ito sa pananahi matapos sabihan ang anak na ingatan ang gamit ng bisita nila at baka lalong masira pa niya.

Matapos mag-*opo* sa ina, pumasok na si Janus sa kuwarto niya at ini-lock niya ang pinto. Binuksan niya ang laptop. Walang password. Nasa desktop na agad siya. Ang tanging icon na naroon, para sa TALA Online. May built-in na wifi sa laptop. Hindi alam ni Janus kung paano gumagana iyon, pero ipinagpalagay na lang niyang si Manong Joey ang may gawa noon. Pinindot niya at nagsimulang mag-load ang TALA Online. Mabilis ang koneksiyon, mas mabilis kaysa sa Malakas. Ibig sabihin, kailangang mas mabilis din ang galaw ng utak niya para sa mga desisyong kailangang gawin. Mukhang sinadya ito ni Manong Joey para matiyak na talagang lubog na lubog siya sa paglalaro.

Nag-text pa ito sa kaniya bago siya magsimula ng laro: Focus. Kami ang bahala rito. Concentrate on the game. Kailangan natin si Tala.

Itinype na ni Janus ang handle niya: juno-s06. Pagkatapos, ang password.

Mabilis nag-load ang laro. Lumitaw ang Bayaning Púsong at ang Anitong Nuno niya.

Level 1.

Heto ang level na kailangan niyang talunin ang Tiyanak. Biglang nagkaroon ng ibang kahulugan ngayon ang laro para kay Janus, pagkatapos ng mga nalaman niya. Nasa pinakauna ang Tiyanak. *Dahil siya ang may gawa ng lahat ng iba pang nilalang ng dilim sa mga kasunod na level.* Ang Manananggal at Mambabarang sa Level 2. Ang Bungisngis sa Level 3. Ang Berberoka sa Level 4. Ang Sigbin sa Level 5. Ang Dambuhalang Sarangay sa Level 6. Ang Diwata ng Pitong Lawa sa Level 7. At ang Walong Aswang sa Level 8. Kaya sa isang banda, isang panliligaw, isang panlilinlang ang paglampas sa Level 1. Akala mo'y nalampasan mo ang Tiyanak pero ang totoo'y pinapaniwala ka lang nitong nalampasan mo siya. Na nawala na siya. Pero ang totoo'y siya pa rin ang nagpapagalaw sa lahat. Siya pa rin ang nagmamaniobra sa lahat ng susunod na mga mangyayari. Iyon ang sukdulan ng panlilinlang ng Tiyanak.

Nang malampasan ni Janus ang Level 1, narinig niya ang tikatik ng ulan sa bubungan bago ito bumuhos nang pagkalakas-lakas.

Pero kailangan niyang mag-concentrate. Kailangan niyang ituon ang atensiyon sa laro. Hindi siya puwedeng mag-isip ng ibang bagay. Hindi siya puwedeng kabahan. Kailangan niyang alisin ang tákot na nasa isip niya. Ano'ng mangyayari pag dumating si Papa? Ano'ng mangyayari sa akin kapag wala naman pala sa amin ang dugong Púsong at nagkamali sina Manong Joey? Matutupok din ba ako?

Concentrate, Janus.

Hindi na alam ni Janus kung siya ang nagsasabi noon sa sarili niya o si Manong Joey na pumapasok sa isip niya ang nagpapaalala noon.

Nasa Level 5 na si Janus, kaharap ang Sigbin, nang marinig niya sa isip niya si Manong Joey. *Ituloy mo lang iyan, diyan ka lang.*

May kalabog sa labas. *Huwag kang lalabas.*

Level 6 na siya. Concentrate, Janus. Ang Dambuhalang Sarangay na hindi malampas-lampasan ni Mica. Kumulog nang pagkalakas-lakas sa labas. Natatalo na ang volume ng TALA sa laptop sa lakas ng ulan sa labas.

Maya-maya, kumakatok na ang Mama niya sa pinto. Malakas. Sunod-sunod. "Janus... Janus... Janus..." Lumalakas ang mga katok. "Anak, ano'ng nangyayari sa iyo riyan? Janus..."

Concentrate, Janus.

"Janus... anak... ang Papa mo... anak..."

Malakas na kulog. Katok sa pinto. Tikatik ng ulan sa bubungan.

Level 7. Concentrate, concentrate. Ang Diwata ng Pitong Lawa.

"Anak..." umiiyak na si Aling Josie.

Kami ang bahala, Janus. Ituloy mo lang iyan.

Pero hindi na niya kayang hindi pansinin ang pag-iyak ng ina niya. Bakit ito umiiyak? Ano'ng nangyayari? *Concentrate, Janus.* Pero tumayo siya't iniwang nalulunod sa ikatlong lawa ang Púsong niya't Nuno. Binuksan niya ang pinto ng kuwarto at nakita niya ang gulong-gulong isip sa mukha ng Mama niya.

"Anak, ano'ng ginagawa nila sa Papa mo, anak?"

Wala na sa salas sina Renzo at Manong Joey. Nasa kalsada na ito sa pagitan ng bahay nina Janus at ng chapel na tinatambayan ni Manong Isyo kanina. Tanaw ni Janus mula sa ilaw sa poste sa labas. Nakatayo ang apat. Kasama ang Papa niya. O ang akala niya'y Papa niya. Paano kung Papa niya talaga iyon?

Bakit ka lumabas? Bakit mo itinigil?

"Dito lang kayo, Mama. Huwag kayong lalabas. Sa kuwarto muna kayo."

Magulo na rin ang isip ni Aling Josie. "Ano'ng nangyyayari, anak? Tatawagan ko sina Kapitan. Tatawagan ko si Konsehal. Sino ba ang mga iyan?"

"Sige, Ma. Tawagan n'yo sila, pero dun na muna kayo sa loob. Bantayan n'yo si Juno. Bantayan n'yo si Juno," sabi ni Janus sabay takbo palabas ng pintuan nila sa kanilang garahe. Hindi na siya nagpayong o nagpandong ng kahit ano. Basang-basa siya agad ng ulan. Gumuhit ang kidlat. Hindi na niya narinig ang sigaw ng Mama niya.

"Bantayan sino? Anak, ano'ng bantayan? Sino'ng babantayan ko?"

Nilunod ang mga tanong na iyon ng dagundong ng kulog.

KABANATA·XI

TIYANAK

Ang hindi nasaksihan ni Janus habang naglalaro siya ng TALA sa kuwarto, dumating ang Papa niyang hindi nakita ni Manong Isyo. Nakapasok ito nang hindi kailangang buksan ang gate dahil naiwan iyong bukas nina Manong Joey at Renzo kanina. Hindi rin sana alam ni Manong Joey na dumating na ito kung hindi ito nakita ni Renzo na napatayo agad sa sofa pagpasok ng lalaki. Maysabulag lang ang Do-ol sa may dugong Bagáni. Binati ni Aling Josie ang asawa. Sinabi nitong mabuti't dumating na ito, kanina pa ito hinihintay ng mga bisita nilang mayroong ipapagawa rito.

Pagtingin ni Mang Juanito kay Manong Joey, alam na nitong Bagáni ito, na hindi siya nakikita nito kaya agad siyang tumakbo palabas ng bahay. Napasigaw naman si Aling Josie sa asawa. "Hoy, Juanito, ano'ng ginagawa mo, hoy…"

Kumaripas din ng pagsunod sina Renzo at Manong Joey. Nang sandaling iyon, nakausap na ni Manong Joey sa isip niya si Manong Isyo na nakatayo na noon at nag-aabang sa labas. Noon nagsimulang lumakas ang kaninang tikatik lang na ulan. Sinubok hulihin ni Manong Isyo ang Do-ol sa pamamagitan ng pagsasaboy ng sanghaya ng pinakamatandang waling-waling sa kalsada upang maipako ito sa pagkakatayo kahit hindi nila nakikita. Hindi naman alam ni Aling Josie ang gagawin. Binitiwan nito ang tinatahi at pasugod ding lumabas ng bahay.

"Juanito, ano'ng ginagawa mo...Juanito!"

Nilapitan ni Renzo si Aling Josie. "Mamaya na ho namin ipapaliwanag ito...Pumasok na muna ho kayo..."

Nagpumiglas naman ang babae. "Teka, ano'ng ginagawa n'yo? Sino ba kayo? Ano'ng ginagawa n'yo sa asawa ko?"

"Hindi po siya ang asawa ninyo..."

"Anong hindi! Anong hindi! Ano'ng mga pinagsasasabi ninyo?"

Naipako na noon ni Manong Isyo ang Do-ol sa pagkakatayo sa gitna ng kalsada sa gitna ng ulan. Tumitingin ito kay Aling Josie, sinasabi ng mukha nitong tulungan siya. Na iligtas siya nito. Na masasamang tao ang mga naririto.

Gustong ipako rin ni Manong Joey si Aling Josie sa pagkakatayo, para hindi na ito maging sagabal sa kailangan nilang gawin. Pero labag iyon sa lahat ng pinaniniwalaan nila. Narito sila para protektahan ang mga tao sa Tiyanak at sa lahat ng kampon nito. Hangga't hindi lumiliitaw si Tala na siyang tanging makapapatay sa Tiyanak.

Pero itong Do-ol, puwede naming paslangin, naisip ni Manong Joey. Pero gagawin ba nila iyon sa harap ng babaeng nag-aakalang asawa nito ang halimaw na pumaslang sa totoo nitong asawa tatlong taon na ang nakararaan?

"'Nay, pumasok na po muna kayo," pakiusap ni Renzo.

"Hindi," pagmamatigas ni Aling Josie. "Ano ba'ng nagawa ng asawa ko sa inyo? Sino ba talaga kayo? Bakit kayo dinala rito ng anak ko?" Bigla itong natigilan nang maisip si Janus. "Ang anak ko…" Noon napatakbo si Aling Josie sa loob ng bahay para tingnan kung maayos ang lagay ng anak. Hindi na ito lumabas simula nang ipasok sa kuwarto ang bag ng mga lalaking ito. Biglang kumabog ang dibdib ni Aling Josie. Noon ito nagsimulang kumatok nang kumatok sa pinto ng kuwarto ng anak habang umiiyak na sumisigaw.

Na hindi natiis ni Janus. Kaya itinigil niya ang pagta-TALA. Kahit ang higpit ng bilin ni Manong Joey na ituloy lang niya ang ginagawa. Hindi niya natiis ang ina.

Paglabas nga ni Janus, sumugod siya sa labas ng bahay, sa gitna ng malakas na ulan, kulog at kidlat. Hindi na niya narinig ang huling isinigaw ng ina nang sinabi niyang bantayan nito si Juno.

Sa labas, nakangisi na ang Papa niya, basang-basa ng ulan. *Hindi ito ang Papa ko.* Paulit-ulit na iyon ang iniisip ni Janus sa isip. *Kaya pala napakagaan ng kamay niyang saktan ako.*

"Ano'ng gagawin n'yo sa akin?" sabi ng Do-ol, nakangisi at kay Renzo lang nakatingin. "Ni hindi nga ako marinig ng mga kasama mo!" Saka ito bumaling ng tingin kay Janus na palabas na rin noon ng gate nila.

"Nababasa na namin ang iniisip mo," sabi ni Manong Joey. "Kanina pa nang ipinako ka namin sa pagkakatayo riyan." Walang dumaraang traysikel. Walang dumaraang tao o kahit anong sasakyan dahil sa lakas ng ulan. O baka dahil nakontrol na rin nina Manong Joey ang paligid para walang ibang maapektuhan.

"Ano'ng gagawin n'yo ngayon? Papatayin n'yo ako sa harap ng anak ko?" sabi nito nang nakangisi na rin. Alam na niyang alam na ni Janus na hindi siya ang ama nito. "Masama bang mamuhay na tulad ng isang tao? Masama ba iyon? Sinikap kong maging isang ama! Maging isang mabuting ama!"

"Alam mong hindi iyan ang dahilan kung bakit ka nagpapanggap! May balak kayo!"

"Gusto kong maging tao…karaniwang tao…"

"Huwag mo kaming lokohin…"

Nagtangkang magbago ng anyo ang Do-ol, upang maging uwak at nang makalipad palayo pero hindi nalubos ang transpormasyon nito dahil sa pagkakapako ni Manong Isyo sa kinatatayuan nito. Tinubuan ito ng tuka at naging pakpak ang kanang braso at kamay pero nanatiling sa tao ang ibang bahagi ng katawan nito.

Noon nakaramdam ng gálit si Janus nang maisip na pinatay ng halimaw na ito ang totoong ama niya. Ang totoong ama niyang hindi nanakit sa kaniya kahit kailan. Sumugod si Janus sa Do-ol para pagsusuntukin ito. Pero bago pa man siya nakalalapit ay pinigilan na siya ni Manong Joey sa pamamagitan ng isip nito.

"Hindi mo kailangang lumapit, Janus," sabi nito. At saka inilabas ni Manong Joey ang nakasuksok sa baywang ng pantalon niyang patalim na nababalot ng panyo. "Gawa ito sa ugat ng pinakamatandang puno ng Bitaog sa mundo at hinaluan ng katas ng bulaklak nito. Ibinabad ito nang daang taon sa asing nagmula sa pinakaunang pampang na niyapakan ng Unang Bagáni. Ito umano ang makapapatay sa sinumang kampon ng Tiyanak." Saka nito iniabot kay Renzo ang patalim, bago nito tinanong ang binata kung handa na ito.

Tumango lang si Renzo bago kinuha ang Bitaog. Kailangang itarak ito sa bahaging batok ng kampon upang matiyak ang kamatayan. Matagal nang alam iyon ni Renzo. Matagal na rin niyang alam na maaaring dumating ang araw na ito. Akala lang niya noon ay ang Tiyanak mismo ang mapapatay niya. Hindi niya alam na may kakambal pala iyong babae, si Tala, na siyang tanging makapapatay rito. Pero hindi bale, naisip ni Renzo. *Kung kinakailangang patayin ko ang lahat ng kampon ng Tiyanak bago makita si Tala, gagawin ko.* Matagal na rin niyang naisip na maaaring hindi aksidente ang pagkamatay ng mga magulang niya sa Palauig. Malamang na may kinalaman ang Tiyanak doon.

Nang makita naman ng Do-ol na palapit na sa kaniya si Renzo, hawak ang patalim na Bitaog, biglang nagbago ang mukha nito mula sa pagngisi-ngisi kanina. Nakita ni Janus doon ang tákot. Takót ding mamatay ang halimaw. Alam nitong mamamatay rin nga siya sa sandatang iyon. At wala na itong magawa. Wala na itong magagawa. Nakatayo lang ito't hindi makakilos. Ni hindi maibaling ang ulo sa kaliwa o sa kanan, upang mahirapan man lang sana si Renzo. Tanging pagsasalita ang kaya nitong gawin. Pero hindi na rin ito makapagsalita. Nang hinawakan na ito ni Renzo sa balikat, bago itarak ng binata ang Bita-og sa batok nito'y bahagyang ngumising muli ang halimaw at bumulong kay Renzo. "Mapapatay n'yo ako pero mamamatay rin ang ina ng batang iyan."

Nabasa nina Manong Joey at Manong Isyo sa isip nila ang sinabing iyon ng halimaw. "Ano'ng ibig mong sabihin? Paano?"

Nagtataka naman si Janus dahil hindi niya narinig ang ibinulong ng Do-ol. "Ano iyon, Manong Joey?"

"Janus, nasaan ang Mama mo?"

"Nasa loob po ng bahay...binabantayan si Juno..."

Nagkatinginan sina Manong Joey at Manong Isyo. "Sinong Juno?"

"Si Juno po...'yung bunso ko pong..."

Tumawa ang Do-ol. Napamura namang tumakbo nang sabay ang dalawa nina Manong Joey at Manong Isyo papasok sa loob ng bahay. "Janus, wala kang kapatid!" sigaw ni Manong Joey.

Hindi naman nakagalaw agad si Janus sa kinatatayuan niya. "Si Juno..."

Humalakhak naman ang Do-ol kahit hindi nito maigalaw ang ulo. Hawak pa rin ni Renzo ang balikat nito. "Hunghang na bata! Ikaw lang ang nakakakita sa sinasabi mong kapatid mo...Hinahanap n'yo ang Tiyanak? Noon mo pa kasama ang Tiyanak...Noon ka pa niya binabantayan...Noon pa niya gustong malaman kung makukuha niya sa iyo ang kinaroroonan ng kakambal niya..."

Noon itinarak ni Renzo ang Bitaog sa batok ng Do-ol. Unti-unting nagsaabo ang katawan nito't mabilis na tinunaw ng pagbagsak ng ulan at inagos ng sanaw. Dinampot ni Renzo ang bumagsak na Bitaog sa kalsada.

Kidlat. Kulog. Lalong lumalakas ang ulan.

Mabilis ang mga sumunod na pangyayari. Nilapitan ni Renzo si Janus na halos hindi pa rin makagalaw noon pero kung hindi umuulan ay makikita mong tuloy-tuloy na naman ang pagbagsak ng luha. Ang Mama niya, gusto niya sanang yakapin ulit ang Mama niya kanina. "Tena sa loob, Janus, tayo na…" Naisip ni Janus ang mga pagkakataon nitong mga nagdaang taon. Anim na taon! Ang mga araw na nagtataka siya kung bakit dalawang plato lang ang inilalagay ng Mama niya sa mesa kapag wala ang Papa nila. Ang mga Linggong akala niya'y kasama ng Mama niya sa pagsisimba si Juno. Kung bakit hindi niya narinig na kinuwentuhan ng Mama niya mula sa komiks si Juno, di tulad niya noong siya ang batang katabi nito sa pagtulog. Kung bakit tinitingnan siya ng kakaiba ng Mama niya kapag nakikipaglaro siya kay Juno. O tuwing binabanggit niya ang pangalan nito. Walang Juno. Hindi siya totoong kuya. Parang naging itak ang dilang-karayom ng Manananggal sa puso niya at pinagtataga iyon.

Halos kasunod lang sila nina Manong Joey na dinatnan nila noong binubuksan ang nakakandadong pinto sa kuwarto nina Aling Josie. Itinutulak na ni Manong Isyo ang pinto. Nanggigigil ang magkapatid dahil nagagawa nilang paganahin ang mga pinakakomplikadong makina't computer pero heto't ni hindi nila mabuksan ang isang simpleng pinto. Hindi rin nila masabi ang kinukumpirma ng isip nila, lalo pa nang pumasok na sa bahay sina Janus. Na hindi na nila masagap sa mapa ng isip nila ang isipan ni Aling Josie.

Huwag naman, huwag naman sana.

Tumulong na si Renzo sa pagbalibag ng katawan niya sa pinto para mabuksan ito. Parang ginagamitan ang pinto ng panlilinlang ng Tiyanak na hindi nila mawari. Nagsabay-sabay ang tatlo sa pagtutulak sa pinto, kasabay pa ng paggamit ng isip nina Manong Joey at Manong Isyo. Isa. Dalawa. Tatlo. Sa pagkakataong iyon, parang kusang nagpaubaya ang pinto sa kanila.

Bukás na bukás ang ilaw ng kuwarto't bumungad sa kanila ang nakatihayang katawan ni Aling Josie habang wakwak ang tiyan nito't nasa tabi ang isang batang kumakain sa mga bituka niya. Tiningnan sila ng bata at ngumiti ito sa kanila. Bumaling kay Janus ang singkit na singkit nitong mga mata bago muling ngumisi.

Noon na humiyaw si Janus. "Maaaaaaaa!" Ito ang pinakamasakit na pagtarak ng dilang-karayom ng Mananananggal sa puso niya. Parang pinalibutan ng dilang-karayom ang puso niya bago ito itinali nang mahigpit na mahigpit hanggang sa mahati ang puso niya. Gusto niyang sumugod palapit sa kama pero hindi siya makalapit.

"Ilang taon kitang binantayan. Tama ako, isa kang Púsong," sabi naman ng Tiyanak sabay-tawa, singkit na singkit pa rin ang mga mata nito, na noon lang napansin ni Janus na itim na itim. "Pero hindi mo alam. Tulad ng Tatay mong mangmang.

Kaya kinailangan naming maging maingat. Hindi namin puwedeng gawin sa iyo ang ginawa namin sa ama mo. Hindi maaaring mamatay ka rin tulad niya nang hindi ko nalalaman kung nasaan si Tala. Alam mo kung ano'ng pakiramdam kapag kausap ka? Para akong nakikipag-usap sa langgam na maaaring kumagat sa akin anumang oras pero kayang-kaya kong tirisin."

Hindi rin makakilos sina Manong Joey at Manong Isyo noon, kahit si Renzo. Pilit nilang nilalabanan ang lason sa salita ng Tiyanak, pero patuloy silang nanghihina. Iilan lang sa lahi nila ang nakaharap ang Tiyanak sa ganitong paraan, at ngayon nila natiyak na hindi nila ito kaya. Kung ni hindi sila makakilos sa harap nito, si Tala nga lang yata ang makapapaslang dito.

Sa gitna ng magkakahalong yamot, poot, pagkabagot at panlilibak, isinalaysay ng Tiyanak ang bersiyon niya ng mga nangyari. Na hinila siya pabalik sa buhay ni Juanito nang ipanganak si Janus. Namatay umano ang lahat ng pinakabatang halimaw na nilikha niya nang sandaling isinilang si Janus. Noon niya itinuon sa mag-ama ang atensiyon niya. Nang muling magbuntis si Josie, nakakita siya ng pagkakataon. Anim na taon na noon si Janus. Hindi alam ni Janus na nalaglag ang ipinagbubuntis ng ina. Sa bisa ng gayuma ng Tiyanak ay inakala ni Janus na nagsilang pa rin ang ina, na naging kuya siya. Noon siya nakapasok sa buhay ni Janus nang hindi namamalayan nina Juanito at Josie. Nagsabulag siya sa mga ito. At gabi-gabi niyang binubulungan ang mga ito sa pag-idlip upang malimot at ipagwalang-bahala ang lahat ng pagbanggit ni Janus tungkol kay Juno sa maghapon. Subalit dala marahil ng dugong Púsong ni Juanito, naamoy nito ang niluluto niya kahit hindi nito siya nakikita. Tatlong taon na siya noon bilang Juno sa paningin ni Janus. Kinailangan niyang paslangin si Juanito bago lumala ang lahat. Noon niya ipinasok ang Do-ol sa eksena upang magpanggap bilang Juanito. Katulong na niya ito mula noon sa panlilinlang kay Janus at sa ina nito. "Ngayon, alam mo na," nakangisi pa rin ang singkit na singkit na mata ng Tiyanak habang nakatitig kay Janus. "Masyado ka nang naging tao. Mangmang. Ni hindi mo alam kung ano'ng dapat na alam mo. Babalik ako sa panahong di mo inaasahan para kunin sa iyo ang noon ko pa gustong malaman." Dinukot nito ang puso ng Mama ni Janus at saka kinain sa harap ng binatilyo, bago ito nakangising nagpaalam. "Bye, Kuya!" Tumalon mula sa kama ang Tiyanak bago ito naging anino paglapag sa sahig. Anino itong kumaripas ng takbo sa gilid ng pader palabas ng bahay. Nang mawala na ito, saka lang muling nagbalik ang lakas nina Manong Joey at Manong Isyo. Saka lang nakagalaw si Janus palapit sa nakahandusay na ina sa kama.

Kinandong ni Janus ang ulo ng ina. Halos masaid ang dugo't lamang-loob nito. Nakamulat ang mga mata nito't nakatingin sa anak pero wala nang kaluluwa sa likod niyon. "Huwag, Ma...Sorry, Ma...Ma, hindi ito totoo, Ma...Hindi... Ma...gising, Ma...Please, Ma...Gumising ka, Ma...Hindi na kita iiwan, Ma..." Tuloy-tuloy ang hagulgol ni Janus habang sinasabi ang mga ito. Niyakap niya ang ina. Kanina dapat niya ito ginawa, pagkauwing-pagkauwi niya ng bahay. Bakit hindi niya niyakap ulit ang Mama niya kanina? Bakit siya nagsinungaling sa Mama niya kanina tungkol sa totoo niyang pupuntahan? Nasa damit at katawan na niya ang mga dugong nagmula sa katawan nito pero ayaw niya itong bitiwan. "Maaaaaaaaaa!"

Patuloy rin ang malakas na ulan sa labas.

Ngayon natiyak ni Janus na talaga ngang nagbago na ang mundo niya. Wasak na wasak na ang mundo niya.

Maraming kinailangang pakialamang isipan sina Manong Joey at Manong Isyo, lalo na ang mga magulang at kamag-anak nina Mang Juanito at Aling Josie para maisagawa ang libing ng dalawa nang walang aberya. Tinamaan umano ng kidlat ang mag-asawa nang kalakasan ng ulan nang sinundang gabi habang parehong tinatanaw ang ulan sa garahe ng bahay nila, at hinihintay ang pag-uwi ni Janus. Kung hindi dahil sa kakayahan nila'y hindi basta-basta tatanggapin ang kuwentong iyon ng mga kamag-anak ng mag-asawa. Kung hindi dahil sa kanila'y wala nang makikitang katawan ni Mang Juanito ang mga ito, at wakwak na ang katawan ni Aling Josie. Pero may nakikita ang mga tao sa dalawang kabaong, kahit wala naman talagang naroon. Mabilis ang naging burol. Inilibing din agad ang mga bangkay para umano kay Janus. Mas pinag-usapan ng mga partido ang naiwan ng mag-asawa at kung paano na si Janus. Kung sino ang kukupkop dito.

Sa burol pa lang ay kinausap na ni Manong Joey si Janus. Sinabi nitong kung papayag ang binatilyo ay handa siyang kupkupin ito. Hindi pa halos nagsasalita noon si Janus, simula nang nangyari ang lahat. Sa isang gabi, nawalan siya ng ama, ina, at kapatid. Sa iba't ibang dahilan, nawalan siya ng kinilala niyang pamilya. Hindi niya alam kung magdadamdam siya kina Manong Joey. Nangako ang mga itong sila ang bahala sa Mama niya. Minsan, basta siya napapaluha kapag naiisip ang pamamalo ng Papa niya noon. Naisip niya kung okey lang bang pinapalo siya ng Papa niya basta't may Papa siya, na naroon ang Papa niya. Ang totoong Papa niya. Naiisip niya ang laging paggising ng Mama niya nang maaga para maghanda ng almusal nila. Ang pag-iingat nito sa mga komiks na namana pa sa lola niya. Ang pagbabasa nito ng mga iyon sa kaniya noong bata siya. Ang pagsasama ng Mama niya sa kaniya kapag mamimili ng mga tela sa Maynila. Naiisip niya si Juno, ang mahal na mahal niyang kapatid. Ang kapatid niyang laging naglalambing sa kaniya. Ang singkit na singkit nitong mata, ang paglalaro nila ng patay-patayan. Naiiyak si Janus kapag naiisip na hindi totoo ang lahat ng iyon. Saka papasok sa isip niya ang pagkain ng Tiyanak sa puso ng Mama niya. Lalong dumiriin ang dilang-karayom ng Manananggal sa puso niya kapag naiisip na hindi man lang siya nakahalata. Na wala man lang siyang nagawa. Hindi man lang niya naprotektahan ang Mama niya sa mga iyon. Sa pagkakataong ito, hindi nababawasan ang sakit kahit ilang beses niyang idiin ang kuwintas na USB sa dibdib niya.

Noong gabi bago ang libing, noon niya sinabi kay Manong Joey na handa siyang sumama rito. Na hindi siya titigil hangga't hindi napapatay ang Tiyanak. *Hindi si Juno iyon. Walang Juno.* Naiiyak pa rin siya.

"Huwag mo munang isipin iyon," sabi ni Manong Joey. "Magluksa ka muna."

Noong libing, tinangkang basahin ni Manong Joey ang isipan ng lola ni Janus mula sa Infanta. Wala siyang makitang kahit anong bakas ng alaala tungkol sa dugong Púsong sa utak nito. Biyuda na ito't kung sa linya ng lolo niya nakuha ni Janus ang dugong Púsong na nasa kaniya, wala nang paraan para makausap iyon ni Manong Joey. Si Janus na lang ang pag-asa sa ngayon. Hindi na nila matiyak kung ano'ng nangyari kay Sergio. Nawala na nang tuluyan ang isip nito sa mapa ng utak nila ni Manong Isyo. Hindi niya alam kung nasaan ang iba pang Púsong. Alam na rin ng Tiyanak na nagkamali siya kay Renzo, at maaaring sa maraming iba pa.

Maaaring nagsinungaling ang Tiyanak sa ikinuwento sa kanila. O may inililihim pa ito sa kanila. Maaaring may nalaman ito sa tatay ni Janus bago nito iyon pinatay. Tumitiyempo ito kay Janus. May hinihintay ito mula sa binatilyo. Bakit ito naghintay nang kung ilang taon? Maaaring inililigaw sila ng Tiyanak sa mismong kuwento nito. Nagkuwento ito ng bersiyon niya ng mga pangyayari, hindi para magpaliwanag, kundi manligaw. Ugat ito ng Panlilinlang. Pero linlangin para iligaw saan?

Natiyak na nina Manong Joey at Manong Isyo na mas makapangyarihan ang Tiyanak kaysa sa inasahan nila. Kaya nitong maglaho kahit sa isipan ni Janus. Bakit hindi man lang nila nabasa sa isip ni Janus ang tungkol kay Juno kahit kailan? Marami pa silang kailangang tuklasin. Mahirap kalabanin ang hindi lubusang kilala. At pagkatapos ng mga nangyari, biglang parang hindi pala nila talaga lubusan pang kilala ang

Tiyanak na noon pa kinakalaban ng lahi nila sa kabila ng lahat ng mga aklat, mga kuwento't karunungang ipinapasa-pasa't pinakakaingatan ng mga lahing Bagáni.

Naiintindihan ni Manong Joey ang tindi ng trauma na iyon kay Janus, na pinatindi pang lalo ng pagiging lubos na ulila ngayon. Pero alam ni Manong Joey na babalik ang Tiyanak. At tulad ng pangako nito, sa panahong hindi nila ito inaasahan. Hindi ito titigil hangga't hindi nakukuha ang gustong makuha kay Janus. Kailangan nilang protektahan si Janus. Kailangan sila ng binatilyo. At kailangan din nila ito para maunahan ang Tiyanak sa paghahanap kay Tala.

"Tayo na, Janus," sabi ni Manong Joey kay Janus pagkatapos ng libing. Ipinagkatiwala nila sa mga magulang ni Aling Josie ang bahay ng mga ito. "Handa ka na ba?"

Pinakiramdaman ni Janus ang dilang-karayom ng Mananaggal sa puso niya. Pinong-pinong sinusundot pa rin nito ang lahat ng sakit. Wala pang isang buwan ang nakararaan, buo pa ang inakala niyang pamilya niya. Ang Papa't Mama niya. Si Juno. Buhay pa si Harold. Hindi pa nalilimot ni Mica ang anumang meron sila. Si Mica na lang sana ang meron siya pero hindi rin niya makausap ngayon. Ngayon, iiwan na niya ang St. Michael's, ang Balanga, ang lahat ng meron siya dati. Naayos na ni Manong Joey ang lahat. Tiniyak nitong tatanggapin siya sa ibang school kahit tapos na ang unang quarter.

Magkikita pa kaya sila ni Mica? *Babalikan ko siya pagkatapos ng lahat ng ito.* Gusto sana niyang hilingin kina Manong Joey na puntahan si Mica, kausapin, o kahit tanawin lang mula sa malayo. Pero alam niyang delikado iyon. Baka ito pa ang pagdiskitahan ng Tiyanak. *Babalikan kita, Mica. Sorry sa pagbura sa mga alaala natin.* Suot pa rin niya ang kuwintas ng USB na regalo nito. Iyon at ang text messages nito sa cp niya ang mga alaalang hindi niya buburahin kahit kailan. "Tatapusin ko ang TALA, Manong," sabi ni Janus. "Hahanapin natin si Tala. Tatalunin natin ang Tiyanak." Nabasag ang boses niya.

Kailangang bilisan niya ang pagbibinata.

Sumakay na ang dalawa sa kotse papunta sa tahanan ng mga Andres sa Angono. Nauna na roon sina Renzo at Manong Isyo para maghanda sa paglipat ni Janus. Naroon ang iba pang mga Bagáni na matagal ding naghintay na makaharap ng isang Púsong.

Dinala nina Janus sa sasakyan ang buong koleksiyon ng komiks ng Mama niya. Tatapusin niya ang *Tatlong Tiyanak* at babasahin ang iba pang mga kuwento roon habang pinaghahandaan ang pagbabalik ng Tiyanak.

Maliwanag na maliwanag ang buwan nang iwan nina Janus ang Balanga.

TUNGKOL SA AWTOR

Si Edgar Calabia Samar ay ipinanganak
sa Lungsod San Pablo at nakapagsulat na
ng dalawang nobela, ang *Walong Diwata ng
Pagkahulog* (2009) at *Sa Kasunod ng 909* (2012).
Itong Janus Sílang series ang una
niyang kathang YA. Nagtuturo siya ngayon
ng Panitikan at Malikhaing Pagsulat sa
Ateneo de Manila University. Mahigit
sampung taon na ang nakararaan nang una
siyang makakilala ng isang Púsong.

ANINO
COMICS

anino@adarna.com.ph
facebook.com/aninocomics
adarna.com.ph